D1771749

ஒரு பாடகி ஒரு மாயப்பிறவி

ஒரு பாடகி ஒரு மாயப்பிறவி

சுரேஷ்குமார இந்திரஜித் (பி. 1953)

ராமேஸ்வரத்தில் பிறந்து, மதுரையில் வளர்ந்து படித்தவர். தமிழக வருவாய்த்துறையில் சிரஸ்தாராகப் பணியாற்றி 2011இல் ஓய்வு பெற்றவர்.

தொடர்புக்கு: sureshkumaraindrajith@gmail.com

ஆசிரியரின் பிற நூல்கள்

எழுதியவை

- அலையும் சிறகுகள் (1982)
- மறைந்து திரியும் கிழவன் (1993)
- மாபெரும் சூதாட்டம் (2005)
- அவரவர் வழி (2009)
- நானும் ஒருவன் (2012)
- நடன மங்கை (2013)
- இடப்பக்க மூக்குத்தி (2017)
- பின் நவீனத்துவவாதியின் மனைவி (2018) கிளாசிக் சிறுகதைகள்
- கடலும் வண்ணத்துப்பூச்சிகளும் (2019) நாவல்
- அம்பிகாவும் எட்வர்ட் ஜென்னரும் (2020) நாவல்

தொகுப்பு

- டெர்லின் ஷர்ட்டும் எட்டு முழ வேட்டியும் அணிந்த மனிதர் — ஜி. நாகராஜன் (2013) கிளாசிக் சிறுகதைகள்

சுரேஷ்குமார இந்திரஜித்

ஒரு பாடகி
ஒரு மாயப்பிறவி

காலச்சுவடு பதிப்பகம்

அன்பார்ந்த வாசகருக்கு,
வணக்கம்.

காலச்சுவடு நூலை வாங்கியமைக்கு நன்றி.

நூலின் உள்ளடக்கம், உருவாக்கம், அட்டைப்படம் இன்ன பிற அம்சங்கள் பற்றிய உங்கள் கருத்துகளையும் ஆலோசனைகளையும் காலச்சுவடு வரவேற்கிறது. தகவல், எழுத்து, வாக்கியப் பிழைகள் தென்பட்டால் கட்டாயம் தெரிவித்து உதவுங்கள். நூல் தயாரிப்பில் கடும் குறைபாடு இருப்பின் மாற்றுப் பிரதி உங்களுக்குக் கிடைக்கக் காலச்சுவடு ஏற்பாடு செய்யும்.

மின்னஞ்சல்: publisher@kalachuvadu.com

காலச்சுவடு நாகர்கோவில் தலைமையகத்துக்கும் கடிதம் அனுப்பலாம்.

தங்கள்
எஸ்.ஆர். சுந்தரம் (கண்ணன்)
பதிப்பாளர் —நிர்வாக இயக்குநர்

ஒரு பாடகி ஒரு மாயப்பிறவி ♦ நாவல் ♦ ஆசிரியர்: சுரேஷ்குமார இந்திரஜித் ♦ © என்.ஆர். சுரேஷ் குமார் ♦ முதல் பதிப்பு: செப்டம்பர் 2021 ♦ வெளியீடு: காலச்சுவடு பப்ளிகேஷன்ஸ் (பி) லிட்., 669, கே.பி. சாலை, நாகர்கோவில் 629001

காலச்சுவடு பதிப்பக வெளியீடு: 1023

oru paaTaki oru maayappiRavi ♦ Novel ♦ Author: Sureshkumara Indrajith ♦ © N.R. Suresh Kumar ♦ Language: Tamil ♦ First Edition: September 2021 ♦ Size: Demy 1x8 ♦ Paper: 18.6 kg maplitho ♦ Pages: 128

Published by Kalachuvadu Publications Pvt. Ltd., 669, K.P. Road, Nagercoil 629001, India ♦ Phone: 91-4652-278525 ♦ e-mail: publications@kalachuvadu.com ♦ Printed at Mani Offset, Chennai 600077

ISBN: 978-93-5523-000-3

09/2021/S.No. 1023, kcp 3163, 18.6 (1) ass

சுனில் கிருஷ்ணனுக்கு

முன்னுரை

'ஒரு பாடகி ஒரு மாயப்பிறவி' என்ற இந்த நாவல் பல சாத்தியங்களை உருவாக்கக்கூடியது. நாவலின் களம் தற்செயல் நிகழ்வுகளின் தொகுப்பு. வாழ்வின் போக்கில் சாதகம், பாதகம் இரண்டுமே நடக்கலாம். கதாபாத்திரங்கள் சந்திப்பு, அனைவருக்கும் ஒரே வக்கீல் அமைவது எனப் பெரும்பாலான நிகழ்வுகள் தற்செயலாகச் சாதகமாக நடக்கின்றன. முடிச்சுகள் சுலபமாக அவிழ்கின்றன. கதாபாத்திரங்கள் பழைமைவாதம் அற்றவர்களாக இருக்கிறார்கள். இவ்வாறுதான் நான் படைத்திருக்கிறேன். நாவலின் இன்னொரு புறத்தில் ஒரு மாயக் கதாபாத்திரம் தனக்கே உரிய ஒரு கதை அமைத்துச் செல்கிறது. இந்திய உளவியலின் வரலாற்றுப் புதிர் அக்கதையின் ஊடே செல்கிறது. கதையைச் சொல்ல விரும்பவில்லை. வாசக இடைவெளியில் வெவ்வேறு சாத்தியங்களோடு முழுக்கதையையும் அதுசார்ந்த அனுபவங்களோடு வாசகர் உருவாக்கிக்கொள்ள வேண்டும்.

நண்பர்கள் தேவேந்திரபூபதி, சிவராமன், சுனில் கிருஷ்ணன், ந. ஜயபாஸ்கரன், ஸ்ரீநிவாச கோபாலன் ஆகியோருக்கு என் நன்றிகள்.

இந்த நாவலை வெளியிட்ட காலச்சுவடு பதிப்பகத்திற்கும் நண்பர் கண்ணன், பதிப்பக பணியாளர்கள் பா. கலா முருகன், ரா. ஹெமிலா, ஜி.ஆர். மணிகண்டன் ஆகியோருக்கும் என் நன்றிகள்.

மதுரை   **சுரேஷ்குமார இந்திரஜித்**
2.7.2021

1

ஆனந்தன் கோயிலிலிருந்து அக்ரஹாரம் வழியே திரும்பியபோது ஒரு வீட்டிலிருந்து பெண் பாடுவது கேட்டது. ஆனந்தன் காரை நிறுத்தினான். 'ராமா நீ சமானமெவரு' என்ற கர்நாடக சங்கீதக் கீர்த்தனையைப் பாடிக்கொண்டிருந்தாள். அருமையான குரல். சுதி சுத்தமாகச் சேர்ந்திருந்தது. அடுத்தநாள் வேண்டுமென்றே கிளம்பி அதே நேரத்திற்கு அந்தப் பக்கம் வந்தான். 'நாத லோலுடை' என்ற கீர்த்தனையைப் பாடிக்கொண்டிருந்தாள். காரை நிறுத்தினான். அடுத்த வீட்டு வாசலில் ஒருவர் வெற்று மேல் உடம்புடன் விசிறியால் விசிறிக்கொண்டிருந்தார். காரிலிருந்து இறங்கி அவரிடம் சென்று, "நான் மைலாப்பூர் கல்யாணி சபாவோட கமிட்டி மெம்பர். சங்கீதத்திலே விருப்பம் உள்ளவன். இந்த வீட்லே இருக்கறவங்க பாடுற பாட்டு கேக்க இனிமையா சுதி சுத்தமா இருக்கு. நல்லா பாடறாங்க. நான் அவுங்களைப் பாக்க முடியுமா" என்றான் ஆனந்தன்.

"வாங்க நான் கூட்டிண்டு போறேன்" என்று அவர் ஆனந்தனை அழைத்துக்கொண்டு அந்த வீட்டினுள் நுழைந்தார். வீட்டில் முற்றம் இருந்தது. முற்றத்தைச் சுற்றியிருந்த பகுதியில் இருந்த ஒருதூண் அருகே பெரியவர் ஒருவர் ஈஸிசேரில் சாய்ந்து உட்கார்ந்து கண்களை மூடிப் பாட்டுக் கேட்டுக்கொண்டிருந்தார். பாட்டுப் பாடிக்கொண்டிருந்த பெண்ணை ஆனந்தன் பார்த்தான். சிவப்பென்றால் அப்படி ஒரு சிவப்பு. நல்ல உயரம் இருப்பாள் என்று அவள் உட்கார்ந்த நிலையிலேயே தெரிந்தது. மூக்குத்தி அணிந்திருந்தாள். கண்களை மூடிப் பாடிக்கொண்டிருந்தாள். அவள் கண்களைத் திறந்தபோது ஆனந்தனையும் அவன் கூட வந்திருந்த பக்கத்து வீட்டுக்காரரையும் பார்த்துப் பாட்டை நிறுத்தினாள்.

"ஏதோ சபா கமிட்டி மெம்பராம். பாட்டைக் கேட்டுண்டு பாக்கணும்னாரு. கூட்டிண்டு வந்தேன்" என்றார் பக்கத்து வீட்டுக்காரர்.

ஈஸிசேரில் படுத்திருந்த பெரியவர், "உக்காருங்கோ. எந்த சபா" என்றார்.

"கல்யாணி சபா, மைலாப்பூர்" என்றான் ஆனந்தன்.

"மாசாமாசம் கச்சேரி நடத்தறாளா."

"ஆமா. நடத்தறோம்."

"காபி சாப்பிடறேளா."

"சரி."

பாட்டுப் பாடிக்கொண்டிருந்த பெண் முற்றத்தில் நின்று கொண்டிருந்தாள். அவன் நினைத்தபடியே நல்ல உயரம். நல்ல வடிவம். இடை குறுகியிருந்தது. குறுகிய இடைக்கு ஏற்றாற்போல் இடுப்பு இருந்தது. நெளிந்து ஓடும் அடர்ந்த கூந்தல். அவளைப் பார்ப்பதே பரவசமாக இருந்தது.

அந்தப் பெண்ணைப் பார்த்து, "வந்தவாளுக்கு காப்பி கொடு" என்றார். அவள் உள்ளே சென்றாள்.

ஆனந்தன் கிறக்கத்திலிருந்து விடுபட முடியாதவனாக இருந்தான். "உங்களுக்கு சங்கீத ஞானம் உண்டா. இப்ப நந்தினி பாடினது என்ன ராகம் தெரியுமா" என்றார் பெரியவர்.

"ஓரளவுக்கு சங்கீதம் தெரியும். ஆனா இந்த ராகம் தெரியலை."

"அவ பாடிண்டு இருந்தது கல்யாண வசந்தம் ராகம். ஜன்ய ராகம் கீரவாணி."

"நேத்து இந்தப் பக்கம் போனபோது 'ராம நீ சமானமெவரு' பாட்டைக் கேட்டேன். அது எனக்கு அறிமுகமான பாட்டு. கரகரப்ரியா ராகம். இந்த கல்யாணவசந்தம் ராகம் எனக்கு அறிமுகமில்லை. ரொம்ப நல்லா இருந்தது. மயக்கத்துக்குக் கொண்டுபோற ராகம்."

அந்தப் பெண் டம்ளரில் காபி கொண்டுவந்து வைத்தாள். பக்கத்து வீட்டுக்காரர் இவர்களுக்குள் அறிமுகம் நடந்தபோதே சென்றுவிட்டார்.

"இது நந்தினி. என் மகள்" என்றார் பெரியவர்.

ஆனந்தன் எழுந்து நின்று வணக்கம் சொன்னான். அவள் அவன் முகத்தை நேருக்கு நேராகப் பார்த்தாள். "என் பெயர்

ஆனந்தன். ரியல் எஸ்டேட் தொழில் பண்றேன். மைலாப்பூர் கல்யாணி சபாவிலே கமிட்டி மெம்பரா இருக்கேன். இந்தப் பக்கம் போறப்ப நேத்தும் உங்க பாட்டுக் கேட்டேன். இன்னைக்கும் கேட்டேன். நல்லா பாடுறீங்க."

'என்ன வடிவம், என்ன நிறம், திருமணமானவளா' என்று ஆனந்தன் யோசித்துக்கொண்டிருந்தான்.

"நீங்க பாட்டு டீச்சரா" என்றான்.

"இல்லை. பாட்டு கத்துண்டேன். மன சந்தோஷத்துக்காகப் பாடறேன்."

"மேடைக் கச்சேரியிலே பாடியிருக்கீங்களா."

"சபாவிலே பாடலை. கோவில் விழாவிலே பாடியிருக்கேன். நேக்கு எங்க அப்பாதான் துணை. சபா ஆட்கள் யாரையும் எங்களுக்குத் தெரியாது."

"நான் எங்க சபா செக்ரட்டரிகிட்டே பேசிப் பாக்கறேன்."

அவள் ஒன்றும் சொல்லவில்லை. சிரித்தாள். சிரிக்கும்போதும் புன்னகைக்கும்போதும் அவள் கன்னத்தில் குழி விழுந்தது. அவனை அவள் கவர்ந்ததற்கு இன்னொரு முக்கியக் காரணம் அவள் காதில் ஜிமிக்கி போட்டிருந்ததுதான். அவள் பேசும்போதும் தலை அசையும்போதும் ஜிமிக்கி ஆடிக்கொண்டிருந்தது.

அவளையும் பெரியவரையும் வணங்கி விடைபெற்றுக் கொண்டு மீண்டும் வந்து பார்ப்பதாகக் கூறினான்.

2

ராம் பிரசாத்திடம் அலைபேசியில் தொடர்புகொண்டு ஆனந்தன் பேசினான். "இன்னக்கி ப்ரீயா... ப்ரீயா இருந்தா நாம சாய்ந்தரம் ஆபிஸ் மாடியிலே சந்திப்போம். உங்கிட்டே பேசவேண்டியிருக்கு."

மறுமுனையிலிருந்து, "ப்ரீதான், இன்னைக்கி சாய்ந்தரம் சந்திப்போம்" என்றான் ராம் பிரசாத்.

ராம் பிரசாத் ஆனந்தனுடன் கல்லூரியில் ஒன்றாகப் படித்தவன். இருவரும் நெருங்கிய நண்பர்கள். படிக்கும்போதே கர்நாடகச் சங்கீதம் கற்றுக்கொண்டான். பிறகு சங்கீதத்தையே தன் தொழிலாக ஏற்றுக்கொண்டான். சங்கீத உலகில் விரைவிலேயே பிரபலமாகிவிட்டான். "வித்தியாசமாப் பாடவேண்டும். கீர்த்தனையில் பெரிய ஜாலவித்தை செய்ய முடியாது. ஆனால் ஆலாபனையிலும் ஸ்வரத்திலும் பெரிய ஜாலவித்தை செய்ய முடியும்" என்று அடிக்கடி சொல்வான்.

ஆனந்தனின் அலுவலக மாடியிலே தனியே ஓர் அறை உள்ளது. அங்கு தேவையான வகை வகையான மது பாட்டில்கள், பீர் பாட்டில்கள் வைத்திருப்பான். நெருங்கிய நண்பர்களை இந்த அறையில்தான் சந்திப்பான்.

அறையினுள் ராம் பிரசாத் நுழைந்தான். இருவரும் நாற்காலியில் உட்கார்ந்தார்கள். ராம் பிரசாத் நீலக் கலர் ஜீன்ஸ் பேண்ட்டும் சிகப்புக் கலர் டி – சர்ட்டும் அணிந்திருந்தான்.

"நேத்து ஒரு பெண்ணை அக்ரஹாரத்திலே பார்த்தேன். நேத்திக்கு முந்தின நாள் அந்தப் பக்கம் போனப்ப பாடிக்கிட்டு இருந்தா. குரல் நல்லா இருந்தது. அடுத்த நாளும் போனேன். பாட்டு பாடிக்கிட்டிருந்தா. வீட்டுக்குள்ளே இருந்தா. அவங்க அப்பாவும் இருந்தாரு. கல்யாணவசந்தம்

ராகம்னு அவங்க அப்பா சொன்னாரு. 'எனக்குத் துணை எங்க அப்பாதான்'னு அவள் சொன்னாள். அவள் அழகுன்னா அழகு அவ்வளவு அழகு. சிரிச்சா கன்னத்துல குழி விழுகுது. ஜிமிக்கி போட்டிருக்கா. மூக்குத்தி இருக்கு. நல்ல உயரம். நெளியான பெரிய கூந்தல். எனக்கு மனசே சரியில்லே... பாத்தா கல்யாணமானவ மாதிரி இருக்கா."

"வீட்டுக்காரர் என்ன பண்ணிண்டு இருக்கார்னு தெரியலையா."

"தெரியலையே. எனக்குத் துணை எங்க அப்பான்னு சொன்னாளே."

"இதை வச்சு கற்பனை பண்ணாதே. சரி, கல்யாணமாகலை அல்லது ஆச்சுன்னே வச்சுக்க, என்ன செய்யப்போறே."

"அவளோட பழகிக்கலாம்னு தோணுது. அதுக்கான வாய்ப்பும் இருக்கு. இந்தப் பொண்ணுக்கு ஒருத்தர் ஸ்பான்சர் பண்றாரு; நமக்குச் செலவு இல்லைன்னு சொன்னால் சபா செக்ரட்டரி கச்சேரி நடத்த சம்மதிக்க வாய்ப்பு இருக்கு. என்ன ராகம்யா அது. கல்யாணவசந்தம்னு. ஆளை மயக்குது. செக்ரட்டரி கேக்கறதுக்கு அவளோட பாட்டை ரெக்கார்டு பண்ணனும். நீ கேட்டுப் பாரு. செக்ரட்டரிகிட்டே அனுமதி வாங்கி அப்புறம் அவள் சொதப்பிட்டான்னா பிரச்சினை."

"அவள் பேரென்ன."

"நந்தினி."

"சரி, நானும் விசாரிச்சுப் பாக்கறேன். உன் வீட்டுக்காரம்மா கிட்டே சொல்லட்டுமா."

"ஏன் இந்த நேரத்துல அவளை இழுக்குற. எனக்கும் அவளுக்கும் ஏழாம் பொருத்தம்னு உனக்குத் தெரியும். சும்மா ப்ரெண்ட் ஆக்கிக்கிலாம்னு."

"'எனது மனம் கவலை என்னும் இருள் சூழ்ந்தால் எவரிடம் முறையிடுவேன்'னு ஒரு கீர்த்தனை இருக்கு. அதைக் கொஞ்சம் மாத்தி, 'எனது மனம் மோகம் என்னும் கதிர் சூழ்ந்தால் எவரிடம் முறையிடுவேன்'னு பாடலாம் போலிருக்கு" என்று அந்தக் கீர்த்தனையை முணுமுணுத்தான் ராம் பிரசாத்.

இருவரும் பீர் பாட்டிலைத் திறந்தார்கள்.

கல்யாணி சபா செக்ரட்டரி வெங்கட்ராமன் காலையில் வரச்சொல்லியிருந்தார். அதன்படி ஆனந்தன் வந்துவிட்டான்.

ஆனால், அவர் இன்னும் வரவில்லை. சுவரில் வரிசையாக சங்கீத வித்வான்களின் பெரிய படங்கள் மாட்டப்பட்டிருந்தன. அவற்றைப் பார்த்துக்கொண்டிருக்கும்போதே வெங்கட்ராமன் வந்துவிட்டார். "ரொம்ப நேரம் வெயிட் பண்றேளா" என்று கேட்டவாறு அவர் தன்னுடைய நாற்காலியில் அமர்ந்தார். நெற்றியில் நாமக்கோடு இட்டிருந்தார்.

"இல்லை, இப்பதான் வந்தேன். இந்த மாசம் கச்சேரி எப்ப. கார்டு வரலையே" என்றான்.

"இந்த மாசக் கடைசியிலேதான் கச்சேரி. அதை ஒட்டி கார்டு வரும்."

"மாசக் கச்சேரிக்கு என் நண்பர் ஒருவர் ஸ்பான்சர் பண்றார். பாடகி பேரு நந்தினி. நல்லாப் பாடறா. நான் கேட்டிருக்கேன். நமக்கும் ஒரு கச்சேரிக்கான செலவு மிச்சம்."

"இவ பேரை நான் கேள்விப்பட்டதில்லையே."

"எமெர்ஜிங் ஆர்ட்டிஸ்ட். நல்லா வருவா. நான் அவள் பக்க வாத்தியத்தோட பாடறதை ரிக்கார்டு பண்ணி உங்ககிட்டே தாரேன். கேட்டுப் பாருங்க. புடிச்சிருந்தா கச்சேரி நடத்தலாம். இல்லைன்னா வேண்டாம். அவசரமில்லை."

"சரி, ரிக்கார்ட் பண்ணி கொண்டுவாங்க. மாசக் கச்சேரிக்கு புதுசா வர்றவாளை ஊக்கப்படுத்தணும். ஆனா சோடை போயிறக் கூடாது. அதைப் பாத்துக்குங்க."

பிறகு அவர் ஜி.என்.பி.யைப் பற்றிப் பேசினார். அவருடைய தோற்ற லட்சணங்கள்; சகுந்தலை படத்தில் எம்.எஸ்சுடன் சேர்ந்து ஜி.என்.பி. நடித்தது பற்றிப் பேசினார். அவர் சங்கீதம் பாடும் பாணி பற்றிப் பேசினார். ஆனந்தனின் அலைபேசி சைலண்டில் இருந்ததால் அதிர்ந்துகொண்டே இருந்தது. அவரிடம் அவள் கச்சேரி நிகழ்த்திய ரெக்கார்டு கொண்டுவருவதாகக் கூறி விடைபெற்றுக்கொண்டான்.

3

நந்தினி வீட்டிற்கு ஆனந்தன் சென்றான். அவளுடைய அப்பா ஈஸ்வரமூர்த்தி வெளியே சென்றிருந்தார். ஆசிரியராக வேலை பார்த்த பென்ஷன் பணம் அவருக்கு வருகிறது. நந்தினி சிரித்தபடியே அவனை வரவேற்றாள். ஆனந்தன் சேரில் உட்கார்ந்தான். அவளும் உட்கார்ந்தாள். சற்று நேரத்திலேயே ஈஸ்வரமூர்த்தி வந்துவிட்டார்.

"கல்யாணி சபா செக்ரட்டரியைப் பார்த்துப் பேசினேன். மாசக் கச்சேரிக்கு வாய்ப்பு இருக்கு. அதுக்கு முன்னாலே உங்களோட கச்சேரி ஒன்னை ரெக்கார்டு பண்ணிக் கொடுங்க. கேட்டுட்டு முடிவு பண்ணலாம்னு சொல்லிருக்காரு."

"கச்சேரின்னா பக்கவாத்தியம்லாம் வேணுமே. கோயில் கச்சேரின்னா சத்தம் கேக்கும், துல்லியம் இருக்காது" என்றாள் நந்தினி.

"ஆமாம். தனியாகத்தான் பக்க வாத்தியங்கள், மைக் வைச்சு கச்சேரி நடத்தணும். நான் ஏற்பாடு பண்றேன். வீடியோவா எடுத்துருவோம். செக்ரட்டரிக்கு வீடியோ, ஆடியோ ரெண்டையும் கொடுப்போம்."

"வீடியோ எடுக்கணுமா."

"பின்னே நீங்க பிரபல கர்நாடக இசைப் பாடகியாக வேண்டாமா. எல்லோரும் பாப்பாங்கன்னு யோசிக்கக் கூடாது. இப்படியே பரவினாத்தான் நீங்க பிரபலமாக முடியும்."

நந்தினி தன் தந்தையைப் பார்த்தாள். அவர் தலையாட்டினார். பிறகு எழுந்து உள்ளே போனார்.

"நந்தினி நீங்கதான் பக்க வாத்தியங்களுக்கு ஏற்பாடு பண்ணணும். அவங்களுக்குத் தேவை யான சன்மானத்தை, மத்த செலவுகளை நான் பாத்துக்கறேன்."

“நீங்க இவ்வளவு சிரத்தை எடுத்துண்டிருக்கிறது நேக்கு சங்கடமா இருக்கு. உள்ளே ஏதோ சூட்சுமம் இருக்கோன்னு தோண்றது.”

“அடடா அப்படியெல்லாம் இல்லை. உங்க பாட்டு மேலே உள்ள மயக்கந்தான். நீங்க நல்லா பாடறீங்க. உங்களை சங்கீத உலகத்துலே மேலே கொண்டு வரதுக்கு வேற ஆள் இல்லை. நீங்க இப்புடியே கோயில்லையும் வீட்லேயும் பாடிக்கிட்டிருப்பீங்க. உங்க திறமையெல்லாம் விரயமாயிரும். நீங்க சங்கீத உலகத்திலே ஜொலிக்கப் போறீங்க. பாக்கவும் நல்லா இருக்கீங்க.”

“பாக்க நல்லா இருந்தா தொந்தரவுதான். அபாயம் எப்ப எந்த ரூபத்துலே வரும்னு நேக்குத் தெரியவில்லை. நான் பேசாம இப்படியே இருந்துடறேனே.”

“நான் தெரியாம சொல்லிட்டேன். எல்லாம் நம்ம கையிலைதான் இருக்கு. அழகான பாடகிகள் இல்லையா. அவுங்களுக்கெல்லாம் அபாயம் வந்துக்கிட்டா இருக்கு. நான் பாத்துக்குறேன். நீங்க எதுக்கும் கவலைப்படாதிங்க, நீங்க பாப்புலராக வேண்டாமா.”

“நேக்கு என்னமோ மனசு சஞ்சலமா இருக்கு. அவரு காணாமப் போனதிலேயிருந்து எனக்கு ஆரம்பத்திலே கெட்ட சொப்பனங்களா வந்தது. இப்ப ஏதாவது கெடுதல் நடந்துருமோன்னு மனசு படபடக்கறது.”

“அவருங்கிறது யாரு.”

“என் கணவர். ரெண்டு பேருக்கும் சண்டையோ சச்சரவோ எதுவும் கிடையாது. ஒத்துமையா இருந்தோம். நிறைய படிப்பார். புரியாத புத்தகங்கள். ஒருநாள் வீட்டைவிட்டுப் போனவர் திரும்ப வரவே இல்லை. பல இடங்கள்லே தேடியாச்சு. எங்க இருக்கார்னு தெரியலை. அவர் கிட்டேயிருந்து தகவலும் இல்லை. இப்ப எங்க இருக்கார். இருக்காரா இல்லையா. நல்லா இருக்காரா கஷ்டப்படறாரா. எதுவுமே நேக்குத் தெரியாது. போலீஸ்லையும் புகார் கொடுத்து பதிஞ்சு வைச்சுருக்கு” நந்தினியின் கண்களில் நீர் ததும்பியது.

“வருத்தப்படாதிங்க. நல்லா இருக்கார்னு நெனச்சுக்குங்க. நீங்க உங்க வாழ்க்கையோடு சங்கீதத்தையும் ஏன் தொலைக்கணும். அவர் வீட்டை விட்டு காணாமப்போயி எத்தனை வருஷம் இருக்கும்.”

"எட்டு வருஷம் இருக்கும்னு நெனைக்கிறேன். என் அப்பா துணையோட இருக்கேன்."

"நீங்க சங்கடம் தர்ற விஷயங்களை நெனைக்காதிங்க. இப்ப நடக்கப்போற விஷயத்தைப் பத்திப் பேசுவோம். என் ஆபிஸ் மேல் மாடியிலே ஒரு ஹால் இருக்கு. அங்கே கச்சேரி வைச்சுக்குவோம். தெரிஞ்சவங்க கொஞ்சம்பேரை வரச்சொல்வோம். ராம் பிரசாத் வருவான். அவன் என் பிரண்டு."

"அவர் பிரபலமாகிட்டு வராரு. அவர் முன்னாடி நான் எப்படி பாடறது. எனக்கு நடுக்கம் வந்துருமே."

"அப்புறம் எப்படி சபாவிலே பெரிய ஆட்கள் முன்னாடி பாடறது. எல்லாத்துக்கும் ஒத்திகைன்னு நெனச்சுக்குங்க."

"நான் சரின்னு சொல்லிட்டதா நெனச்சிக்கோங்க. ஆனா மனசு சஞ்சலமா இருக்கு. பலபேர் கண்ணிலே படப்போறம்னு அச்சமா இருக்கு."

"தேவையில்லாத விஷயங்களையெல்லாம் யோசிக்காதிங்க. நான் கச்சேரிக்கு வீடியோவுக்கு ஏற்பாடு பண்றேன். நீங்க பக்க வாத்தியக்காரங்களுக்கு ஏற்பாடு பண்ணுங்க. என்னென்ன பாட்டு பாடறதுன்னு ஒரு திட்டம் இருக்கணும். அதுல கல்யாணம் வசந்தம் ராகம் இருக்கணும்."

"நிச்சயமாக இருக்கும். அதுதானே உங்களை இங்கு இழுத்துண்டு வந்துச்சு."

ஆனந்தன் சிரித்தான். நந்தினியும் சிரித்தாள்.

❖

4

ராம் பிரசாத்தும் ஆனந்தனும் பிரத்யேக அறையில் உட்கார்ந்திருந்தார்கள். டீப்பாயில் பீர் நிறைந்த கோப்பைகள் இருந்தன. நந்தினியைச் சந்தித்ததையும் செக்ரட்டரியைச் சந்தித்ததையும் கூறிக்கொண்டிருந்தான்.

"இந்த அறைக்கு வெளியே உள்ள ஹால் பொருத்தமா இருக்குமா. சின்ன மேடை போட்டுரலாம். மைக் அரென்ஞ்மெண்ட் பண்ணியிரலாம். நீ அவசியம் வரணும். நீ வர்றதா சொன்னவுடனே அவர் முன்னாடி எப்படிப் பாடறதுன்னு அவள் பயப்படறா. நீ அவ்வளவு பெரிய ஆளாயிட்டே" என்றான் ஆனந்தன், ராம் பிரசாத்திடம்.

இருவரும் ஹாலைச் சுற்றிப் பார்த்தார்கள். திருப்தியாக இருந்தது. ஐம்பதுபேர்வரை உட்காரலாம் என்று ஆனந்தன் நினைத்தான். இருவரும் அறைக்குத் திரும்பினார்கள்.

"லாவண்யா எப்படி இருக்காங்க. அவுங்க பேங்குலே வேலை பாத்துண்டு வீட்டு வேலையும் பாக்கணும். நீ ஜாலியா சுத்திண்டு இருக்கே. தண்ணி அடிச்சுண்டு உக்காந்திருக்கே."

"அவ பேச்சை எடுக்காதே. எப்பப் பாத்தாலும் சண்டைதான். எப்புடித்தான் பேங்குலே வேலை பாக்குறாளோ."

"நந்தினியைப் பத்தி ஏதோ சொல்லணும்னு சொன்னியே."

"ஆமாம். அவ தன்னோட கணவரைப் பத்தி சொல்லிட்டா. ரெண்டு பேரும் ஒத்துமையா சண்டையில்லாமத்தான் இருந்துருக்காங்க. திடீர்னு ஒருநாள் வீட்டைவிட்டுப் போனவர் திரும்ப வரலையாம். பல இடங்கள்லே தேடியும்

கிடைக்கலையாம். போலீஸ்லையும் புகார் கொடுத்து பதிஞ்சு வைச்சிருக்காங்க. ஆனா எந்தத் தகவலும் இதுவரை அவரைப் பத்தி தெரியலை. அவரும் தொடர்பு கொள்ளலை. எங்கே இருக்கார், எப்படி இருக்கார்னு தெரியலைனு கண்ணீரோட சொன்னா."

"சிலர் வாழ்க்கை இப்படித்தான் ஆயிடறது. அவ நெனைச்சிருப்பாளா கல்யாணம் பண்ணும்போது, வாழ்க்கை நடத்தும்போது இப்படி வீட்டைவிட்டு கண்காணாமப் போவார்னு. சாமியாரா போயிருப்பாரோ. காசி பக்கம் போய் பார்த்தாளா."

"எனக்குத் தெரியலை. நிறைய புத்தகம் படிப்பார்னு சொன்னா. ஆன்மீக ஈடுபாடு இருக்கறதா சொல்லலை. அவுங்க குடும்பத்துக்கு எங்கே தேடணும்னு தெரிஞ்சிருக்கும். காசிக்கெல்லாம் போயிட்டு வந்திருப்பாங்கன்னுதான் நெனைக்கிறேன்."

"காசியிலே போய் தேடவா முடியும். ஒரே சாமியார் கூட்டம். அப்புறம் அந்தப் பக்கம் ரிஷிகேசல்லாம் இருக்கே. தேடவா முடியும். அவரா வந்தாத்தான் தெரியும். இப்ப எத்தனை வருஷமாச்சு அவர் காணாமப் போயி."

"எட்டு வருஷமாச்சுங்கிறா. அவளை மாதிரி அழகியைப் பாக்கறது அபூர்வம். எனக்கு மனசு சஞ்சலமா இருக்கு."

"இன்னொருத்தன் பொம்மனாட்டியைப் பத்தி இப்படி நெனைக்கறது தப்பில்லையா."

"என்ன மனசுக்குள்ளே இருக்கறதைத்தானே பேசறேன். அவ பாடற அன்னைக்கு நீ வரத்தானே போறே. அப்பத் தெரியும் உனக்கு அவள் பேரழகின்னு."

அந்த நாள் வந்தது. ஆனந்தன் வேன், கார் அனுப்பி நந்தினியையும் அவளைச் சேர்ந்தவர்களையும் அழைத்துவர ஏற்பாடு பண்ணியிருந்தான். ராம் பிரசாத் முதலிலேயே வந்துவிட்டான். ஹாலில் உட்கார்ந்திருந்தான். நந்தினியையும் மற்றவர்களையும் அழைத்துக்கொண்டு ஹாலிற்குள் நுழைந்தான், ஆனந்தன். நந்தினியைப் பார்த்ததும் ராம் பிரசாத் திகைத்துவிட்டான். 'இவ்வளவு அழகாக இருக்கும் ஒரு பெண்ணை விட்டுவிட்டு இவள் கணவன் காணாமல் போயிருக்கிறானே. ஒருவேளை இவ்வளவு அழகாக இருக்கும் பெண்ணுடன் இருக்க முடியாமல்தான் சென்றுவிட்டானோ' என்று யோசித்துக்கொண்டே அவளுக்கு வணக்கம் சொன்னான். அவள் பதிலுக்கு வணக்கம் சொல்லி,

"நான்தான் முதல்லே உங்களுக்கு வணக்கம் சொல்லணும். நீங்க முந்திண்டேள்" என்றாள்.

மைக், வீடியோ கேமரா எல்லாம் சரிபார்க்கப்பட்டது. பக்க வாத்தியக்காரர்கள் உட்கார்ந்தார்கள். லேசாகப் பாடி மைக்கில் ஒலியைச் சரிபார்த்து சில மாற்றங்கள் செய்யச் சொன்னாள். பிறகு ராம் பிரசாத்தையும் அவனருகில் அமர்ந்திருந்த ஆனந்தனையும் பார்த்துத் தலையசைத்தாள். அவர்களும் தலையசைத்தார்கள். அவள் பாட ஆரம்பித்தாள். ஆரம்பப் பாட்டில் தயக்கம் தெரிந்தது. பிறகு சரியாகி சபாவில் வழக்கமாகப் பாடும் பாடகி போல் பாடினாள். ராம் பிரசாத் அவள் திறமையான பாடகி என்று உணர்ந்தான்.

'சபாக்களில் அறிமுகமானால் மேலும் வாய்ப்புக்கள் கிடைக்கும். நன்றாகப் பாடுகிறாள். நன்றாகவும் இருக்கிறாள் என்பதற்காகவே கிழடுகள் வாய்ப்பு கொடுப்பார்கள். கிழடுகள்தான் முதல் ரசிகர்களாக மாறுவார்கள். பின்னர் பல பிராயத்தவர்களும் ரசிகர்களாக மாறுவார்கள். இவள் சில காலத்திலேயே பிரபலமாகிவிடுவாள்' என்று பாட்டுக் கேட்டுக்கொண்டே யோசித்துக்கொண்டிருந்தான் ராம் பிரசாத்.

கச்சேரியில் பிரதானமாக இருந்தது கல்யாணவசந்தம் ராகம், தானம், பல்லவி. வந்திருந்தவர்களுக்கும் கச்சேரி நிறைவாக இருந்தது. மங்களம் பாடி முடித்ததும் பலத்த கைதட்டல். ராம் பிரசாத் எழுந்து மேடைக்கே சென்று பாராட்டினான். ஆனந்தனுக்கு மகிழ்ச்சியாக இருந்தது. மேடையிலிருந்து இறங்கினாள். பலரும் பாராட்டினார்கள். அவள் ஆனந்தனைக் கண்ணுக்குள் பார்த்தாள்.

வீடியோ, ஆடியோ ரெக்கார்டு ரெடியானதும் அதை வாங்கிக்கொண்டு சபா செக்ரட்டரி வெங்கட்ராமனைப் பார்த்து இரண்டையும் கொடுத்தான்.

"நந்தினி பக்க வாத்தியத்தோடு கச்சேரி நடத்தி வீடியோரெக்கார்டு பண்ணி கொண்டுவந்திருக்கேன். ஆடியோ ரெக்கார்டும் இருக்கு. நீங்க போட்டுக் கேட்டுப் பாருங்க. திருப்தினா ஒரு மாசக் கச்சேரி நடத்தலாம். ஸ்பான்சர் கச்சேரி. சபா எதுவும் செலவழிக்க வேண்டாம்."

"டேய் சங்கரு, இந்த கம்யூட்டர்லே போட்டா வீடியோ தெரியுமா."

"தெரியும் சார். சத்தம் சுமாரா கேக்கும்."

"சரி, இந்த வீடியோவைப் போடு. ஆளு எப்படிங்கிறதை யாவது பாப்போம்."

சங்கரு ஆடியோவை வாங்கிப் போட்டான். வெங்கட்ராமன் தன் இருக்கையை விட்டு எழுந்து கணினிமுன் நின்றுகொண்டார். ஆனந்தனும் எழுந்து கணினிமுன் அவரோடு சேர்ந்து நின்றுகொண்டான். கணினியில் நந்தினியின் முகம் தெரிந்தது. கச்சேரி ஆரம்பப் பாட்டு துவங்கியது. வெங்கட்ராமன் பார்த்தார்.

"சங்கீதக்களை முகத்திலேயே தெரியறதே. லட்சணமா இருக்கா. வீட்டுக்குக் கொண்டுபோய் முழுசா கேட்டுண்டு சொல்றேன். சங்கரு நிறுத்து."

சங்கரு நிறுத்தினான். "என்ன ஆனந்தன், இவ்வளவு பாடுபடறேள். நீங்கதான் இந்த லேடிக்கு ஸ்பான்சரா."

"இல்லை சார். வேறொருத்தர். சமயம் வர்றப்ப சொல்றேன்."

"சரி, எப்படியோ போகட்டும். நீங்கள் பொறுப்பெடுத் துண்டேள். ஒரு மாசக் கச்சேரி செலவு இல்லாம நடக்கப் போறது. நல்லாவும் பாடற மாதிரி தெரியறது. நாளைக்கி உங்ககிட்டே பேசறேன்."

"சரி. ரொம்ப நன்றி. சாதகமான பதிலைச் சொல்லுங்க."

"சரிங்க ஸ்பான்சர்" என்று வெங்கட்ராமன் சிரித்தார். ஆனந்தன் சிரித்துக்கொண்டே வெளியேறினான்.

மாலை நந்தினி வீட்டிற்குச் சென்றான். நந்தினி வழக்கத் திற்கு மாறாக திண்ணையில் உட்கார்ந்திருந்தாள். தன்னை எதிர்பார்த்து அவள் உட்கார்ந்திருப்பது போல் ஆனந்தனுக்குத் தோன்றியது. ஆனந்தன் காரிலிருந்து இறங்கித் திண்ணையிலேயே உட்கார்ந்தான்.

"உள்ளே போவோம்" என்றாள் நந்தினி.

"இந்த இடம் நல்லா இருக்கு. காத்து வருது. மரங்கள் இருக்கு. நீங்க வேறே ஏற்கனவே உட்கார்ந்திருக்கிங்க. இங்கேயே இருப்போம். இன்னைக்கு வீடியோவையும் ஆடியோவையும் வாங்கிக்கிட்டு செக்ரட்டரியைப் பார்த்தேன். ரெண்டு ரெக்கார்டையும் கொடுத்துட்டேன். அவரும் ஆர்வத்திலே அங்கிருந்த கம்ப்யூட்டர்லே வீடியோவை போடச்சொல்லி கொஞ்ச நேரம் பார்த்தார். 'குரல் நல்லா இருக்கு. முகத்துலே சங்கீதக்களை இருக்கு. லட்சணமா இருக்காங்க'ன்னு சொன்னார்."

நந்தினி சிரித்தாள். "நீங்க சொன்னேள்ல லட்சணமா இருக்கான்னு அவர் சொன்னாருன்னு. அதுதான் எனக்கு சான்ஸ் வாங்கிக் கொடுக்கப்போறது."

"குரல் நல்லா இருக்குன்னு சொன்னார்."

“லட்சணமா சங்கீதக்களை உள்ள ஒருத்தியோட குரல் நல்லாத்தான் இருக்கும்.”

“நீங்க ஏன் அப்படியே நெனைக்கிறீங்க. நல்லா பாடறீங்கன்னு சொல்றாங்க.”

“சரி அப்படியே நெனைச்சுக்கறேன். எப்ப சொல்வார். சஸ்பென்ஸ் வைச்சிருக்காரே.”

“சஸ்பென்ஸல்லாம் ஒண்ணும் இல்லை. அவருக்கும் டைம் வேணுமில்லையா.”

அந்த நேரத்தில் ஆனந்தனின் அலைபேசி ஒலித்தது. எடுத்துப் பார்த்தான். செக்ரட்டரி. “செக்ரட்டரி பேசறாரு” என்று நந்தினியிடம் சொல்லிக்கொண்டே அவரிடம் பேசினான்.

வெங்கட்ராமன் பேசினார். “வீட்டுக்கு வந்து சாப்டுட்டு கேட்டேன். நல்லா வருவா. பேரு என்ன சொன்னே. நந்தினியா. நல்லா வருவா. நல்ல எதிர்காலம் இருக்கு. ரெண்டு மாசத்துக்கு ஏற்கனவே புக் ஆகியிருக்கு. மூணாவது மாசம் அவ கச்சேரி. வீடியோலே பதிவாயிருக்கிற பாட்டுக்களையே திரும்பப் பாடச் சொல்லுங்க. பக்க வாத்தியக்காரங்களும் அதே ஆட்களை போட்டுறலாம். பெயர் விவரம் என்னான்டே கொடுத்திருங்க. போக்குவரத்து எல்லாம் நீங்களே பாத்துக்கணும். ஐந்தரை மணிக்கெல்லாம் ஆடிட்டோரியத்துக்கு வந்துடணும். உங்க பொறுப்பு. நந்தினி லோக்கல்தானே. எல்லாம் நல்லபடியா நடந்து சங்கீத உலகத்துலே மேலே மேலே வரணும். நான் எனக்கும் பெர்சனலா தொடர்புல இருக்கற சபாக்காரர்களை வரச் சொல்றேன். அவாளும் கேக்கட்டும். ஆண்டவன் ஆசீர்வாதமும் இருந்தா மேலே வந்துருவா. வீட்டிலே விருந்தாளி வந்திருக்கா. உங்க காரை ஒருநாள் இரவல் கொடுங்க. என் கார்லே இடம் பத்தாது. எப்ப தேவைன்னு பின்னாடி பேசறேன். நந்தினி கச்சேரி மூணாவது மாசம் இருக்கு. கல்யாணவசந்தம் ராகம், தானம், பல்லவி நம்ப சபாவிலே பாடறா. ஓகே.”

அலைபேசியை ஆனந்தன் அணைத்தான். நந்தினி அவனைப் பார்த்தாள். “ரெண்டு மாசத்துக்கு ஏற்கனவே புக் ஆகியிருக்கு. மூணாவது மாசம் நீங்க பாடறிங்க. ஏற்கனவே பாடுன அதே பாட்டுக்கள். அதே பக்க வாத்தியக்காரர்கள். வேற சபாக்காரர்களையும் கச்சேரிக்குக் கூப்படறேன்னு சொல்லிருக்கார். நீங்க சீக்கிரத்துலே பிரபலமா ஆகிவிடுவீங்கன்னு சொல்றார்.”

“ஆமாம். நான் பிரபலமாகத்தான் போறேன். சங்கீத உலகத்துலே முன்னணி நட்சத்திரமா ஜொலிக்கப் போறேன்.”

"உங்களுக்கு நீங்களே நக்கலா சொல்லிக்கிறிங்க. நடக்கத்தான் போகுது. பாருங்க. ஒரு வீடியோ ஆல்பம் சூட் பண்ணனும். ரெண்டு பாட்டு. என் நண்பனோட ரிசார்ட் இருக்கு. போய் லோக்கேஷன் பாப்போம். எப்படி செய்றதுன்னு பிளான் பண்ணிட்டு வீடியோகிராபரை கூட்டிட்டு வந்து சூட் பண்ணிருவோம். பெண்களுக்கு அன்னிய ஆண்கள் மூலமா சலுகை கிடைக்கிறதை ஏத்துக்கிறதுலே தயக்கம் இருக்கும். உங்களுக்குத் தயக்கம் வேண்டாம்."

"சரி. அப்பாகிட்டே கேட்டுண்டு வரேன்."

"நான் கிளம்பறேன்" காரை நோக்கிச் சென்றான் ஆனந்தன்.

❖

5

மகாதேவன் ஏற்கெனவே அவரிடம் கூறியிருந்தான். "என்னிடம் இந்த வேலையை ஒப்படைக்க பேச்சுவார்த்தைக்கு வரும்போது உங்கள் காரில் வரக்கூடாது. உங்களுக்குக் கீழுள்ள யாரையும் கூட்டிவரக் கூடாது. நீங்கள் வாடகைக் காரிலோ ஆட்டோவிலோ ஜே. ஆர். ஹோட்டலுக்கு வரவேண்டும். நான் ரெஸ்டாரண் டில் உட்கார்ந்திருப்பேன். நேரம் மாலை 5.15லிருந்து 5.30க்குள் வரவேண்டும். ரெஸ்டாரண்டிற்குள் நுழைந்தபின் நீங்கள் என் மொபைல் எண்ணுக்குத் தொடர்புகொள்ள வேண்டும்."

மகாதேவன் இப்போது ரெஸ்டாரண்டில் உட்கார்ந்திருக்கிறான். நேரம் மாலை 5.20. வந்த சர்வரிடம் சற்று பொறுத்திருக்குமாறு கூறினான். அவன் வாசலைப் பார்த்து உட்கார்ந்திருந்தான். வாசலில் வெள்ளைச் சட்டை, வெள்ளை வேட்டி அணிந்திருந்த ஒருவர் நுழைந்தார். வேட்டியில் அரக்குக் கலர் பார்டர் இருந்தது. மொடமொடப்பான வெள்ளைச் சட்டையும் வெள்ளை வேட்டியும் அணிந்திருந்தார். அவர் சட்டைப்பையினுள் இருந்த அலைபேசியை எடுத்தார். சுற்றிலும் ஒரு பார்வை பார்த்துவிட்டு அழைப்புப் பித்தானை அழுத்துவது தெரிந்தது. அவனுடைய அலைபேசியில் அழைப்பு வந்தது. அவன் எழுந்து சென்று அவரைக் கைகுலுக்கித் தன் இருக்கைக்கு அழைத்து வந்து எதிரே அமரச் சொன்னான். சர்வரை அழைத்து சூப் கொண்டுவரச் சொன்னான். வெள்ளை வேட்டிக்காரர் தலையாட்டினார்.

அவரைப் பற்றிக் கூறுமாறு கேட்டுக் கொண்டான். கிருஷ்ணா கன்ஸ்ட்ரக்சன் கம்பேனி அதிபர் பாலகிருஷ்ணனின் உதவியாளர் என்றும் தன் பெயர் ரங்கநாதன் என்றும் கூறினார். அவன் பாலகிருஷ்ணனைப் பற்றி விசாரித்தான். ரியல்

எஸ்டேட் தொழில், அப்பார்ட்மெண்ட் மற்றும் கட்டுமானத் தொழில் செய்துவருவதாகவும் இது தவிர பல தொழில்கள் இருப்பதாகவும் ஆப்பிரிக்காவிலிருந்து மரம் இறக்குமதி செய்து இங்கு வியாபாரம் செய்வதாகவும் தெரிவித்தார்.

"உங்களைப் பற்றியும் உங்கள் முதலாளியைப் பற்றியும் தகவல்களைக் கூறிவிட்டீர்கள். தடயமில்லாமல் நான் வேலையை முடிப்பதற்கு நீங்கள் ஒத்துழைக்க வேண்டும்" என்றான்.

அவர் அவனைப் பற்றிக் கூறுமாறு கேட்டார்.

"என் இப்போதைய பெயர் மகாதேவன். நான் தற்போது வசிப்பது மும்பையில். எனது சுற்றங்கள், நான் வசிக்குமிடம் இவையெல்லாம் ரகசியங்கள். இப்போது நான் வைத்திருக்கும் செல் எண் வேலைமுடிந்தபின் கடலுக்குள் போய்விடும். அந்த செல் எண்ணுக்குரிய நபர் என்று எவருமில்லை. எல்லாம் நாடகம்தான். நாடகத்திற்குள் நீங்கள் செல்லும்போது தலைசுற்றல் ஏற்பட்டுவிடும். சரி, விஷயத்திற்கு வருகிறேன். நான் காவல்துறையிடம் மாட்டிக்கொள்ளமாட்டேன். என்னையும் மீறி ஏதாவது துரதிர்ஷ்டமாக நடந்தால், நான் உயிருடன் இருக்கமாட்டேன். மேலும் பேசப்பட்ட தொகை எனக்கு வழங்கப்பட்ட பின்பு நான் பிளாக்மெயில் பண்ணமாட்டேன். நீங்கள் ஏன் இந்தத் திட்டத்திற்கு வந்தீர்கள் என்பதற்கான காரணம் எனக்குத் தேவையில்லை. ஆனால் சில விஷயங்கள் தெரிந்துகொள்ள விரும்புகிறேன். நாம் குறிவைத்திருக்கும் நபருக்கும் உங்கள் முதலாளிக்கும் வெளிப்படையான பகை உள்ளதா."

"இல்லை, உட்பகைதான். எங்கள் முதலாளிக்குத்தான் அவர்மீது பகை. அதை வெளிக்காட்டிக்கொள்ளாமல் இருக்கவேண்டும் என்பதற்காக அவர்மீது மிக நட்பாக இருப்பதாகக் காட்டிக்கொள்கிறார். வெளியேயிருந்து பார்ப்பவர்களுக்கு முதலாளிமேல் சந்தேகம் வராது."

"ஆம். அது முக்கியம். உங்கள் தரப்பின் மீது சந்தேகம் துளிக்கூட ஏற்படக் கூடாது. சந்தேகம் ஏற்பட்டால், போலீஸிற்குத் தடயம் கிடைத்தால், நீங்கள் என்னைப் பற்றிக் கூறிவிடுவீர்கள். நீங்கள் என்னைப் பற்றிக் கூறினாலும் என்னை அவர்கள் கண்டுபிடிக்க முடியாது. அந்த மதிநுட்பம் எனக்கு உண்டு. சரி. எனக்கு அவருடைய இருப்பிடம் பற்றித் தெரியவேண்டும். அவருடைய புகைப்படத்தை எனக்குக் காட்டுங்கள்."

ரங்கநாதன் செல்லில் இருந்த அவரது புகைப்படத்தைக் காட்டினார். அவன் மனதில் பதியவைத்துக்கொண்டான்.

அவருடைய முகவரி லேண்ட்மார்க் பற்றிக் கூறினார். குறித்துக்கொண்டான்.

"இன்றிலிருந்து பதினைந்து நாட்களுக்குள் இந்த வேலையை முடித்துவிடுவேன். எனக்கு இதற்கான சம்பளம் நாற்பத்தைந்து லட்சம் ரூபாய். எந்தத் தடயமும் இல்லாமல் வேலை முடிந்துவிடும். கண்டுபிடிக்க முடியாத பல கேஸ்களுக்குள் ஒன்றாக இந்தக் கேஸும் சேர்ந்துவிடும்."

"முதலில் இருபது லட்சமும் வேலைமுடிந்தபின் மீதிப் பணமும் வாங்கிக்கொள்ளுங்கள்."

"வாங்கிக்கொள்ளலாம். வேலைமுடிந்தபின் நீங்கள் எப்படி என்னைச் சந்தித்துப் பணத்தைக் கொடுப்பீர்கள். நீங்கள் குழப்பத்தில், பயத்தில் ஏதாவது சொதப்பிவிடுவீர்கள் என்று தோன்றுகிறது."

"எங்கள் மீது யாருக்கும் சந்தேகம் வர வாய்ப்பில்லை. எனவே பயம், குழப்பம் வராது. இதே இடத்தில் உங்களைச் சந்தித்து பாக்கித் தொகையைக் கொடுத்துவிடுகிறேன்."

"வேலை முடிந்தபின் நான் மாயமாகிவிடுவேன். இங்கு வந்து பணத்தை வாங்கிச் செல்வது சரியாக அமையாது. என்னை நம்புங்கள். முழுத்தொகையையும் என்னிடம் முன்னதாகக் கொடுப்பதற்கு ஏற்பாடு செய்யுங்கள். நீங்கள் ஐந்து லட்சம் ரூபாய் எடுத்துக்கொள்ளுங்கள். என்னிடம் நாற்பது லட்சம் கொடுங்கள்."

"சரி, அப்படியே ஏற்பாடு செய்கிறேன். ஏற்பாடு செய்துவிட்டு உங்களைத் தொடர்புகொள்கிறேன்."

ரங்கநாதன் ரெஸ்டாரண்டை விட்டு வெளியேறினார்.

அடுத்த நாள் அவன் வரச்சொல்லியிருந்த இடத்திற்கு ரங்கநாதன் வந்தார். பணத்தைப் பெற்றுகொண்ட மகாதேவன் பேரப்படி அவருக்குச் சேரவேண்டிய தொகையை எடுத்துக் கொடுத்தான். அதன் பிறகு ரங்கநாதன் மகாதேவனைப் பார்க்கவில்லை.

❖

6

தூணில் சாய்ந்துகொண்டு கீரையை ஆய்ந்துகொண்டிருந்தாள் நந்தினி. அவளுடைய தந்தை ஈஸிசேரில் சாய்ந்திருந்தார். இரண்டு கைகளையும் தலைக்குக் கீழ் வைத்திருந்தார்.

"அப்பா, கச்சேரி நல்லபடியா முடிந்தது. பக்க வாத்தியக்காரங்களுக்கு அவரே சம்பளம் கொடுத்துட்டார். வீடியோ, ஆடியோ ரெக்கார்டிங்கை கல்யாணி சபா செக்ரட்டரிட்டே கொடுத்து அவரும் வீடியோ பாத்து ஒப்புதல் கொடுத்துட்டார். ரெண்டு மாசத்துக்கு ஏற்கனவே புக்கிங் பண்ணிட்டதாலே மூணாவது மாசம் கச்சேரிக்கு ஒத்துண்டா. இதே பக்க வாத்தியக்காரங்க, இதே கீர்த்தனைகள். வேறே சபா முக்கியஸ்தர்களையும் செக்ரட்டரி அழைக்கப் போறாராம். என்னை சங்கீத உலகத்துலே மேலே உக்காரவைக்கப் போறாளாம். நட்சத்திரமா ஜொலிக்கப்போறேனாம்."

"இதை ஏன் விரக்தியா சொல்றே. உன்னை அந்த மாதிரி பாக்கணும்கிறது என் ஆசை. உன் ஆத்துக்காரர் உன்னை விட்டுட்டு எங்கே போனார்னு தெரியலை. எங்கே இருக்கார்னும் தெரியலை. எட்டு வருஷமாயிடுத்து. உனக்கு சம்பந்தப்பட்ட துறை சங்கீதம். அதை வீட்டுக் குள்ளே முடக்கி என்ன செய்ய. அதுலே எவ்வளவு உயரத்துக்கு உன்னாலே போகமுடியுமோ அவ்வளவு உயரத்துக்கும் போகணும். வீட்டு வாசல்லே கார் வந்து நிக்கணும். உன்னை பாட புக் பண்றதுக்கு. எம்.எல்.வி.யும் எம்.எஸ்.ஸும் ஜொலிக்கலியா."

"எல்லோரும் பாப்பாளே. புது மனுஷா கூட பழகணுமே."

“பாத்தா என்ன. பாக்கத்தான் செய்வா. பொதுவெளிக்கு வந்தா ஜனங்க கண்ணைக் கட்டிண்டா இருப்பா. புது மனுஷாளோட பழக கத்துக்கணும். என் காலத்துக்கப்புறமும் உனக்கு பேமிலி பென்ஷன் கிடைக்கும். இப்ப உன் விஷயத்திலே நான் வந்து கூட நின்னு உதவி பண்ண எனக்குத் தெரியாது. ஈஸ்வரன் அந்தப் பிள்ளையாண்டான் ஆனந்தனை அனுப்பிருக்கான். நல்ல பையனா தெரியறான். உனக்கு உதவி பண்ண அவனாலே முடியும். அவனை நம்பறதுலே தப்பில்லைன்னு தோணுது. ஈஸ்வர ப்ராப்தி எப்படி இருக்கோ அப்படி நடக்கட்டும். அவனைப் பத்தி உனக்குத் தெரிஞ்சதைச் சொல்லு.”

“அவர் பல பிஸினஸ் பண்றார். ரியல் எஸ்டேட் தொழில் முக்கியமா பண்றார். ஆபிஸ் தனியா வைச்சிருக்கார். அந்தக் கட்டிடத்தின் முதல் மாடியில்தான் என் கச்சேரி நடந்தது. வீடு தனியாக இருக்கு. அவரோட மனைவி பேங்குலே வேலை செய்யறா. ரெண்டு பேருக்கும் ஒத்துவராதுன்னு சொல்லியிருக்கார். பணவசதி உள்ளவர். சங்கீதத்துலே அவருக்கு ஈடுபாடு இருக்கு. சங்கீதத்தின் உள் கணக்குகள், ராக விபரங்கள் அவருக்குத் தெரியாது. சங்கீதம் அவர் மனசோட ஒட்டியிருக்கு. அது எப்படின்னு தெரியலே.”

“இப்ப ஒரு கர்நாடக இசை ஆல்பம் தயாரிக்கணும்னு சொல்றார். ஆல்பம்னா அழகான இடங்கள்ல பாடிண்டே போவா. பாட்டை அப்பறம் ஸ்டூடியோவிலே ரெக்கார்ட் பண்ணி, இந்த வீடியோவிலே சேத்துருவா. சினிமாவிலே பாட்டுப் பாடற மாதிரி. இப்ப ஒரு ரிசார்ட்லே லோக்கேஷன் பாக்கணும்னு கூப்பிடறார். பாத்துட்டு அப்பறம் அந்த எடத்துலே சூட் பண்றது இன்னொரு நாளைக்கு நடக்கும். நான் ஆமான்னும் சொல்லலை இல்லைன்னும் சொல்லலை.”

“போயிட்டு வா. எப்ப பெரிய ஆளா ஆறது. இப்படியெல்லாம் செஞ்சாத்தான் மேலே வரமுடியும். இப்ப டெக்னிக்கெல்லாம் மாறியிருக்கு. அதை அனுசரித்துத்தான் போகமுடியும். தைரியமா போயிட்டு வா.”

ஆய்ந்துகொண்டிருந்த கீரையை எடுத்துக்கொண்டு அடுப்படிக்குள் நந்தினி நுழைந்தாள். ஆனந்தனிடமிருந்து போன் வந்தது. நாளைக் காலையில் வருவதாகவும் லோக்கேஷன் பார்க்கச் செல்லலாம் என்றும் அப்பாவிடம் அனுமதி வாங்கி விட்டாளா என்றும் கேட்டான். அவள் ‘போகலாம்’ என்று கூறிவிட்டு எத்தனை மணிக்கு அவன் வருவான் என்பதைக் கேட்டுத் தெரிந்துகொண்டான்.

அடுத்த நாள் சொன்ன நேரத்திற்கு அவன் வந்தான். வீட்டுக்குள் நுழைந்து எட்டிப் பார்த்தான். அவள் தயாராக சேரில் உட்கார்ந்திருந்தாள். "உள்ளே வாங்கோ. காபி சாப்பிடறேளா" என்றாள்.

"இல்லை, உண்மையிலேயே இப்பத்தான் சாப்பிட்டு வந்தேன்" என்றவன் ஈஸ்வரமூர்த்தியை நோக்கித் திரும்பி, "அய்யா ஒரு இசை ஆல்பம் தயார் பண்ணனும். அப்பத்தான் இப்ப உள்ள டிரெண்டுக்கு மேலே வரமுடியும். லொகேஷன் பாத்துட்டு இன்னொரு நாள் கேமிராமேன் கூடப் போயி ஷூட் பண்ணனும்" என்றான்.

"பத்திரமாப் போயிட்டு வாங்க" என்றார் ஈஸ்வரமூர்த்தி.

நந்தினி தந்தையிடம் சொல்லிக்கொண்டு ஆனந்தனுடன் வெளியேறினாள். நந்தினி சிறுகுழந்தையாக தன்னுடனும் மனைவியுடனும் இருக்கும் சுவரில் மாட்டியிருந்த கருப்பு வெள்ளைப் புகைப்படத்தை வெறித்துப்பார்த்துக்கொண் டிருந்தார் ஈஸ்வரமூர்த்தி.

ஆனந்தன் காரின் முன்பக்க இருக்கையின் கதவைத் திறந்தான். அவள் சிரித்துக்கொண்டே பின்பக்கக் கதவைத் திறந்து ஏறினாள். கட்டம் போட்ட பச்சை வண்ணப் புடவை. பச்சை ரவிக்கை. காதில் ஜிமிக்கி அசைந்தது. கார் நகர்ந்தது.

ரிசார்ட்டின் கேட்டை காவலாளி திறந்தான். உள்ளே சென்று காரை அங்கிருந்த விருந்தினர் இல்லத்தின் முன் நிறுத்தினான். நந்தினிக்கு இது புது அனுபவம். ஓர் ஆணுடன் தனித்து, தனிமையான இடத்திற்கு வந்ததில் அவள் மனம் படபடத்தது. தண்ணீர் குடித்துப் பதற்றத்தைத் தணித்துக்கொண்டாள். இருவரும் நடந்தார்கள். அந்த இடம் மரம் செடிகொடிகளுடன் சோலையாக இருந்தது. செயற்கை நீரூற்று மூலம் நீர்வழிந்து கொண்டிருந்தது. அதன் இருபுறமும் படிக்கட்டுகள். வீட்டையும் சுற்றிப் பார்த்தார்கள். வீட்டிற்குத் தேவையான எல்லாமே அந்த வீட்டில் இருந்தன. ஆனந்தன் அங்கிருந்த சோபாவில் உட்கார்ந்தான். நந்தினியையும் உட்காரச் சொன்னான். அவளும் உட்கார்ந்தாள். அங்கிருந்த வேலையாளிடம், "டீ தயார் செய்ய முடியுமா" என்று கேட்டான். சோபாவில் இருவருக்கும் இடையே ஒரு அடி இடைவெளி இருந்தது. அவள் கைவிரல்களை ஆனந்தன் பார்த்தான். கைவிரல்களைப் பற்றிக்கொள்ளலாமா என்று அவனுக்குத் தோன்றியது.

டீ வந்தது. இருவரும் டீ குடித்தார்கள். வீட்டைவிட்டு வெளியேறி எந்த இடத்தில் எப்படி நடந்துசெல்லவேண்டும்

என்று இருவரும் பேசினார்கள். செயற்கை நீரூற்றின் ஒருபுறத்தில் உள்ள படிக்கட்டில் இறங்கிவருவதாகக் கூறி, படிக்கட்டில் ஏறி ஒரு கீர்த்தனையைப் பாடிக்கொண்டே இறங்கினாள். இறங்கும்போது அவளுக்குக் கீர்த்தனையில் கவனம் இருந்ததால் தடுமாறி விழப்போனாள். நல்ல வேளையாக ஆனந்தன் தாங்கிக்கொண்டான். இருவருக்குமே நெருப்பு பட்டது போலிருந்தது. சூடு தாங்காமல் இருவரும் நடுக்கத்துடன் மௌனமானார்கள். நடந்துவந்து காரில் ஏறிக்கொண்டார்கள். கார் நகர்ந்தது.

“தெருவில் உள்ளவர்கள் நான் இப்படி காரில் வருவதைப் பார்த்து என்ன நெனைப்பார்கள்.”

“என்ன நெனைப்பார்கள்.”

“தப்பா நெனைப்பார்கள். நான் சபாவிலே பாடப் போறேன். ஆல்பம் தயார் பண்ணப் போறம்னு பரப்பிவிட்டிருக்கேன். ஆனா அவா அவா இஷ்டப்படிதான் நெனைப்பா.”

இருவரும் மௌனமாக வந்தார்கள். வீட்டை நெருங்கும் போது, “கேமிராமேனுடன் கலந்துகொண்டு எப்போது செல்லலாம்கிறதை முன்கூட்டியே சொல்லிடறேன். இரண்டு கீர்த்தனைகள் யோசித்து வச்சுக்கொள்ளுங்கள்” என்றான். அவள் தலையாட்டிக்கொண்டே காரிலிருந்து இறங்கினாள்.

7

நந்தினி சென்றதும் ஈஸ்வரமூர்த்தி ஈஸிசேரை விட்டு எழுந்தார். அவர் பார்த்துக்கொண்டிருந்த சுவரில் மாட்டப்பட்டிருந்த புகைப்படத்தை நெருக்கத்தில் பார்த்தார். பின் கையில் எடுத்துப் பார்த்தார். நடந்துசென்று உள்ளறையில் இருந்த பீரோவின் கீழ்தட்டில் இருந்த புகைப்பட ஆல்பங்கள், பிரேம் போட்ட படங்கள் ஆகியவற்றை எடுத்தார். வசதியாக உட்கார்ந்துகொண்டார். தானும் மனைவியும் இளமையில் எடுத்துக் கொண்ட புகைப்படங்களைப் பார்த்தார். நந்தினி சிறுபிள்ளையாய் இருந்தபோது எடுத்த புகைப்படங்களைப் பார்த்தார். பிறகு பெரிய பெண்ணாக ஆனபோது எடுத்த புகைப்படங்களைப் பார்த்தார். நந்தினியின் திருமண ஆல்பத்தைப் பார்த்தார். அவருக்கு அழுகை வந்தது. எழுந்து சென்று வாசல் கதவை அடைத்துவிட்டு வந்தார். சுவரில் சாய்ந்து உட்கார்ந்து உடல் குலுங்க, விக்கி விக்கி அழுதார். மனைவி இல்லாதது பெருங்குறையென அவரை அழுத்தியது. நந்தினிக்குத் திருமணம் முடித்த மூன்றாவது ஆண்டு அவள் இறந்துவிட்டாள்.

'வாழ்க்கை இரக்கமற்றது. வாழ்க்கை அதன் போக்கில் செல்கிறது. பல்வேறு சக்திகள் அதன் போக்கை நிர்ணயம் செய்கின்றன. மனக்கஷ்டங் களுக்கு முறையிடும் ஓர் இடம் கடவுள். காலையிலும் மாலையிலும் போய் சுந்தரேஸ்வரரைக் கும்பிடறேன். மனச்சாந்தி கிடைக்கிறது' என்றெல்லாம் மனதில் சிந்தனை ஓடியது.

சர்வேஸ்வரன் தனியார் கம்பேனியில் நல்ல பொறுப்பில் இருந்தான். அப்பா இல்லை. அம்மா மட்டும் இருந்தாள். ஒரே பையன். நந்தினியும் ஒப்புக்கொண்டாள். திருமணமும் முடிந்துவிட்டது. இரண்டாவது மாதம் சர்வேஸ்வரனின் தாயார் இறந்துவிட்டார். நந்தினியும் சர்வேஸ்வரனும்

தனியாகத்தான் இருந்தார்கள். சர்வேஸ்வரன் நிறைய புத்தகங்கள் படிப்பதாக நந்தினி கூறுவாள். நந்தினிக்குப் பொருத்தம் என்று கூறமுடியாது. எந்தத் தத்துவம் அவனை இப்படி மனைவியை விட்டுவிட்டு ஓட வைத்தது என்று தெரியவில்லை.

இறப்பதற்கும்முன் அவருடைய மனைவி படுக்கையில் இருந்தபோது ஈஸ்வரமூர்த்தியை அழைத்துக் கூறினாள்.

"நான் பிழைப்பேன்ங்கிற நம்பிக்கை இல்லை. உங்களுக்கு பென்ஷன் வருது. கவலை இல்லை. நந்தினியை நீங்கள் காப்பாத்துவேள். அவ ஆத்துக்காரர் வீட்டை விட்டுப் போனவர் வரவே இல்லை. வராமலே போகலாம். அவா சந்ததியிலே இரண்டு மூணு தலைமுறைக்கு முன்னாலே இப்படி யாராவது வீட்டைவிட்டுப் போயிருக்கலாம். காரணம் தேடினா கிடைக்காது. பிராமணாள் குடும்பத்தை அமானுஷ்ய சக்தி இயக்கிண்டே இருக்குன்னு எங்க தாத்தா சொல்லுவார். எல்லோரும் ஈஸ்வரலோகத்துக்குப் போய் சேந்துட்டா. இப்படி நம்பறதுதான் சொகமா இருக்கு. நானும் போயிடுவேன். நந்தினிக்குப் பாட்டுலே ஈடுபாடு இருக்கு. அவ மனசை தனியா விடக்கூடாது. ஏதாவது ஒண்ணுலே ஈடுபடுத்தணும். இல்லைன்னா இருட்டு அவளைப் பிடிச்சுரும். அவளை அதுக்குப் பின்னாலே வெளிச்சத்துக்குக் கொண்டுவர்றது சிரமம். அவளைப் பாட்டுலே ஈடுபடுத்துங்க. உங்களாலே அவ சங்கீத உலகத்திலே பெரிய ஆளா வர்றதுக்கு உதவி செய்ய முடியாது. உங்களுக்கு அது சம்பந்தமா யாரையும் தெரியாது. தெரிஞ்சாலும் அந்த சந்தர்ப்பங்களைக் கையாளத் தெரியாது. ஆனா யாராவது வருவா. அவளுக்கு உதவி பண்றதுக்கு. அவ மகாலட்சுமி. வந்தவனைத் தள்ளிவிட்றாதிங்க. வர்றவன் பிராமணனா இருக்கலாம். வேறே ஆளாவும் இருக்கலாம். பெருமாள் என்னென்ன அவதாரமெல்லாம் எடுத்துருக்கார். நந்தினியோட ஆத்துக்காரர் திரும்ப வரமாட்டார். உங்க காலத்துக்குப் பின்னாடி அவளுக்கு ஒரு வழியைக் காண்பிச்சுட்டு போங்க. அவுங்க அவுங்க வாழ்க்கைதான் முக்கியம். ஊர் உலகத்தைப் பார்த்தா நம்ம வாழ்க்கை போயிடும்."

அப்போது ஈஸ்வரமூர்த்தி அழுதார். இப்போதும் அவள் பேச்சு நினைவுக்கு வந்து அழுதார். 'அவள் அறிவாளி. எதுவும் தெரியாத என்னை வழிநடத்தியவள்' என்று நினைத்துக் கொண்டார். நேரமாவதை உணர்ந்தார். 'சர்வேஸ்வரன் வீட்டைவிட்டுக் காணாமல் போனது வாழ்க்கையை மாற்றிப் போட்டுவிட்டது' என்று மனதிற்குள் சொல்லிக்கொண்டார். சுவரில் மாட்டியிருந்த புகைப்படங்களை அந்தந்த இடங்களில் மாட்டினார். ஆல்பங்களையும் பழைய புகைப்படங்களையும்

பீரோவில் எடுத்த இடத்தில் வைத்தார். கண்களைத் துடைத்துக் கொண்டார். சர்வேஸ்வரனின் புத்தகங்கள் இருந்த அறைக்குள் நுழைந்தார். புத்தக அலமாரியில் இருந்த புத்தகங்கள் தூசு படிந்திருந்தன. சுத்தம் செய்யச் சொல்லவேண்டும் என்று நினைத்துக்கொண்டார். தடித்தடியான ஆங்கிலப் புத்தகங்கள். ஒரு புத்தகத்தை எடுத்துத் தூசி தட்டி எழுதியவர் பெயரைப் பார்த்தார். FRIEDRICH NIETZSCHE என்று இருந்தது. பெயரை வாசிக்க முடியாமல் எடுத்த இடத்திலேயே மீண்டும் வைத்தார்.

வாசலில் கார் வந்து நிற்கும் ஓசை கேட்டது. அவர் சென்று கதவைத் திறந்தார். நந்தினி நின்றுகொண்டிருந்தாள். காரில் உட்கார்ந்திருந்த ஆனந்தன் கையசைத்துவிட்டுச் சென்றான். நந்தினி வீட்டினுள் நுழைந்தாள்.

"என்னப்பா ஒரு மாதிரியா இருக்கீங்க."

"பழசையெல்லாம் நெனைச்சுப் பாத்தேன். சங்கடமா இருந்தது" என்று சொல்லிக்கொண்டே ஈஸிசேரில் சாய்ந்தார்.

நந்தினி அருகில் வந்தாள். ஆதரவாய் அவருடைய தோளைப் பற்றினாள்.

"கவலைப்படாதிங்க அப்பா" என்றாள்.

✦

8

யாஸ்மின் ஜன்னலருகே நின்று வெளியே பார்த்தாள். அவன் கௌசிக் என்ற பெயரைக் கொண்டிருந்தான். கான்பூருக்குத் துணி வியாபாரத்திற்காக வந்திருப்பதாகக் கூறியிருக்கிறான். ஒரு பெண் தேவை என்று கூறியிருந்தான். யாஸ்மின் வந்திருக்கிறாள். கான்பூரில் உள்ள நானா ராவ் பூங்காவிற்குப் பகலில் சென்று பார்த்துவிட்டுத் திரும்பினார்கள்.

"நீங்கள் எதற்காகக் கான்பூர் வந்திருக்கிறீர்கள்."

"துணி வியாபாரத்திற்காக. கல்கத்தாவில் துணி வியாபாரம் செய்கிறேன். இங்கு துணிகள், ரெடிமேட் ஆடைகளைப் பார்த்து அவற்றை ஆர்டர் செய்துவிடுவேன். இங்கிருந்து கல்கத்தாவிற்கு துணிகளையும் ரெடிமேட் ஆடைகளையும் அனுப்பிடுவார்கள். நான் சிலவருடங்களாக கான்பூரில்தான் கொள்முதல் செய்கிறேன். நல்ல வெரைட்டியான துணிகள், ஆடைகள் கிடைக்கு மிடம் இது. நான்கைந்து நாட்கள் தங்குவேன். இன்று என் அதிர்ஷ்டம் உன்னைச் சந்தித்தது."

"பெரும்பாலும் நடுத்தர வயதைக் கடந்தவர்கள் தான் வருவார்கள். சிலரால் ஒன்றும் முடியாது. தவிப்பார்கள். என் பிழைப்பை இறைவன் இப்படி விதித்திருக்கிறான்."

"இங்கு சோகமாகப் பேசுவது பொருத்தமாக இருக்காது. உன்னிடம் பல கதைகள் இருக்கும். உண்மையான கதை தனியே மனதில் தங்கியிருக்கும். அதற்கும் மேலே பல கதைகள் இருக்கும். நான் சந்தோஷமாக இருப்பதற்காக வந்திருக்கிறேன். என் அருகில் வா."

அவன் அருகில் அவள் கட்டிலில் உட்கார்ந்தாள். அவளுடைய மார்பகத்தைப் பிடித்தான். அவள் கையை எடுத்துவிட்டாள். அவள் மடியில் அவன் படுத்துக்கொண்டான். அவளுக்கு எரிச்சலாக இருந்தது. அவனுடைய நடவடிக்கை ஆரம்பம் முதலே அவளுக்கு விசித்திரமாக இருந்தது.

"நான் வீட்டைவிட்டு சிறுவயதிலேயே ஓடிவந்துவிட்டேன். அம்மா இறந்துவிட்டாள். அப்பா இன்னொரு கல்யாணம் செய்துகொண்டார். நான் கல்கத்தா வந்துசேர்ந்தேன். ரயில்வே ஸ்டேஷனில் மூன்றுநாட்கள் தங்கியிருந்தேன். பிச்சை எடுத்துச் சாப்பிட்டேன். நான்காவது நாள் அதிகாலையில் எழுந்து அணிந்திருந்த டிரவுசர், சட்டையைத் துவைத்துக் காயப்போட்டேன். நான் பிச்சை எடுத்துச் சம்பாதித்த பணத்தில் பல்பொடி, சோப், ஒரு மெல்லிய துண்டு வாங்கியிருந்தேன். துண்டைக் கட்டிக்கொண்டேன். டிரவுசர், சட்டை காய்ந்ததும் எடுத்து அணிந்துகொண்டேன். துண்டைப் போர்த்திக்கொண்டேன். மெல்லிய துண்டு என்பதால் சீக்கிரம் காய்ந்துவிடும். பஜாருக்குச் சென்றேன். கூட்டமாக இருந்தது. பலவகையான துணிக்கடைகள். கடைகளில் வேலை கேட்டேன். ஒரு கடையில் வேலை கொடுத்தார்கள். கடையின் மாடியில் தங்கிக்கொள்ளலாம். என்னிடம்தான் உடைமை என்று எதுவுமில்லையே. ஒரு துண்டு, பல்பொடி, சோப் இவைதான் என் சொத்து. கடை ஓனர் இரண்டு டவுசர், சட்டைகள் கொடுத்தார். சம்பளத்தில் கொஞ்சம்கொஞ்சமாய்க் கழித்துக் கொள்வேன் என்றார். சாப்பாடு கிடைத்தால் போதும் என்ற நிலையில்தான் இருந்தேன். என்கூட இரண்டு பையன்கள் தங்கினார்கள். நாங்கள் மூன்றுபேரும் சப்பாத்தி செய்து சாப்பிடுவோம். அவர்கள் இருவரும் லக்னோவைச் சேர்ந்தவர்கள். என்னை முதலாளி ஏன் வேலைக்கு எடுத்துக்கொண்டார் என்று எனக்குத் தெரியவில்லை. சிலமாதங்களில் அவர் மனைவி எங்காவது காரில் சென்றால் என்னைத் துணைக்கு அனுப்பினார். விஷயம் என்னவென்றால் முதலாளி, மனைவி இருவருமே சிடுமூஞ்சிகளாக இல்லை. பொறுமைசாலிகளாக, பண்புள்ளவர்களாக இருந்தார்கள். பிறகுதான் முதலாளி குடும்பம் சிலதலைமுறைகளுக்குமுன் தமிழ்நாட்டின் விழுப்புரம் பகுதியிலிருந்து இங்கு வந்தவர்கள் என்றுஎனக்குத் தெரிந்தது. என்னிடம் ஒருநாள் முதலாளி சொன்னார், "நாங்கள் தமிழ்நாட்டிலிருந்து வந்தவர்கள். பெங்காலி என்றே எல்லா ஆவணங்களிலும் பதிவாகிவிட்டது. உள்ளூர் மக்களும் அப்படித்தான் நினைக்கிறார்கள். குழப்பம் ஏற்படுத்த வேண்டாம்."

நானும் வெளியே சொல்லவில்லை. சொல்வதற்கு யார் இருக்கிறார்கள். அவருடைய மனைவிக்கு என்னைப் பிடித்துப் போய்விட்டது. 'கௌசிக்... கௌசிக்...' என்று கூப்பிட்டுக்கொண்டே இருப்பார். நானும் கொஞ்சம் கொஞ்சமாக பெங்காலி கற்றுக்கொண்டேன். வியாபாரத்திற்கு உத்தரப் பிரதேசத்திற்கு வந்து செல்வதால் இந்தியும் பேசப் பழகிவிட்டது.

எனக்கு நெருங்கிய உறவுக்காரர்கள் என்று யாரும் கிடையாது. அவர்களுக்கு நினைவுகளும் இருக்காது. என் முதலாளிக்கு இரண்டு மகள்கள் இருந்தார்கள். என்னைப் பார்த்துக் கள்ளமாகச் சிரிக்கும் மூத்த மகளை எனக்குத் திருமணம் செய்யலாம் என்ற எண்ணம் அவர்களுக்கு உருவாகிவிட்டது. என்னிடம் கருத்துக் கேட்டார்கள். எனக்குக் கசக்கவா செய்யும். எனக்கும் அந்த மூத்த மகளுக்கும் திருமணம் நடைபெற்றது. அவர்கள் வீட்டில் தங்கல். என்னுடைய மதிப்பு கூடியது. முதலாளி வெளியே செல்லும் நேரங்களிலும் ஊருக்குச் செல்லும் நேரங்களிலும் நான் கல்லாவில் உட்கார்ந்தேன். ஊழியர்கள் 'சின்ன முதலாளி' என்று என்னை அழைத்தார்கள். முதலாளி காலமான பின்பு, வியாபாரம் என் கைக்கு வந்தது. இரண்டாவது மகளுக்கு அரசு ஊழியரைத் திருமணம் செய்து வைத்தார். அவர் வேலை பார்க்கும் இடம் தொலைவில் இருந்தது. எனவே, கிட்டத்தட்ட அல்ல, முழுமையாகவே அந்தக் குடும்பத்திற்கு நான் தலைவனாகிவிட்டேன்."

கௌசிக் அவள் மடியிலிருந்து எழுந்தான். தண்ணீர் குடித்தான். அங்குள்ள சேரில் அமர்ந்து கட்டிலில் அமர்ந்திருந்த அவளை ரசித்தான். அவளுக்கு அவனிடம் மாட்டிக்கொண்டது போன்ற உணர்வு ஏற்பட்டது. வேலையை முடித்துத் தன்னை விட்டுவிட்டால் போதும் என்று அவளுக்குத் தோன்றியது.

"நானா ராவ் பார்க் இங்கு இருக்கிறதே; அந்த நானா சாகிப் பற்றி உனக்குத் தெரியுமா" என்று கேட்டான்.

அவள், "தெரியாது" என்றாள்.

மூன்றாவது மராட்டியப் போரில் தோல்வி அடைந்த பேஷ்வா பாஜிராவ் II பிரிட்டிஷாரால் கான்பூர் அருகிலுள்ள பித்தூரில் தங்க வைக்கப்பட்டிருந்தார். அவருக்கு பிரிட்டிஷாரால் பென்ஷன் வழங்கப்பட்டது. பெரிய அரண்மனையில் பல மனைவிகளோடு வாழ்ந்த அவருக்குக் குழந்தைகள் இல்லாததால் நானா சாகிப்பைத் தத்து எடுத்தார். வாரிசுகள் இல்லாத மன்னர்களின் பிரதேசங்களை பிரிட்டிஷ் ஆட்சியின் கீழ்

கொண்டுவரும் சட்டத்தை கவர்னர் ஜெனரல் பிறப்பித்திருந்த தால், நானா சாகிப் பேஷ்வாவிற்கு இயற்கையாகப் பிறந்த மகன் இல்லை என்பதால் பென்ஷன் நிறுத்தப்பட்டது. நானா சாகிப் கெஞ்சியும் பென்ஷன் கிடைக்காததால் கோபமுற்றிருந்த சமயத்தில் பிரிட்டிஷ் ராணுவத்தில் இருந்த இந்தியச் சிப்பாய் களின் கலகம் வெடித்தது. கான்பூரின் வடக்குப் பகுதியில் இருந்த கிழக்கிந்தியக் கம்பேனியின் ஆயுதக் கிடங்கு, பாசறைக்குள் நானா சாகிப் தன் படைகளுடன் நுழைந்தபோது, அங்கிருந்த படைவீரர்கள் தங்களைப் பாதுகாக்க அவர்கள் வந்துள்ளதாக நினைக்க, நானா சாகிப் கம்பேனிக்கு எதிராகவும் பாதுஷாவிற்கு ஆதரவாகவும் இருப்பதாகத் தெரிவித்து, அதிகம் சிரமமில்லாமல் அங்குள்ள பொக்கிஷங்களைக் கைப்பற்றிவிட்டுக் கான்பூரைக் கைப்பற்றுவதற்காகச் சென்றார்.

கான்பூர் கோட்டை பலம் மிக்கதாகவும் வெடிமருந்துகள் உள்ளதாகவும் இருந்ததால் நானா சாகிப்பின் படைகள் வெளியிலிருந்து முற்றுகையிட, முற்றுகையோ பதினைந்து நாட்களுக்கும் மேல் நீடிக்க, ரோஸ் கிரின்வே என்ற சிறைப் பிடிக்கப்பட்ட பிரிட்டிஷ் பெண்ணைத் தூது அனுப்புகிறார். பிரிட்டிஷார் சரணடைய வேண்டும் என்றும் அதற்குப் பதிலாக அவர்களைப் பாதுகாப்பாக சத்திசௌரா பகுதிக்குக் கொண்டு சென்று, கங்கையிலுள்ள படகுகள் மூலம் அலகாபாத் செல்ல ஏற்பாடு செய்வதாகவும் சொல்லப்பட்டது. கையெழுத்திடாத எந்த உடன்படிக்கையையும் ஏற்றுக்கொள்ள அந்தக் கோட்டை யின் ஜெனரல் வீலர் ஒப்புக்கொள்ளவில்லை. மறுநாள் நானா சாகிப் அவரே கையெழுத்திட்ட ஒரு ஒப்பந்தத்தை சிறைப்பிடிக்கப்பட்ட மற்றொரு பிரிட்டிஷ் பெண் ஜேகோபி என்பவர் மூலம் அனுப்ப, பிரிட்டிஷாருக்குள் இருவேறு கருத்துக்கள் ஏற்பட்டு, பின்னர் ஜெனரல் வீலர் சரணடைந்து செல்ல ஒப்புக்கொள்கிறார்.

1857ஆம் ஆண்டு ஜூன் 27ஆம் தேதி ஜெனரல் வீலர் தலைமையில் உள்ளே இருந்த வீரர்கள், பெண்கள், குழந்தைகள் வெளியேற, வண்டி, டோலி, யானைகள் என்று ஏற்பாடுகள் செய்தார் நானா சாகிப். சத்திசௌரா பகுதியை அடைந்து கங்கையில் உள்ள படகுகளில் ஏற முயல, சகதி அதிகமாக இருந்ததால் தடுமாற்றம் ஏற்பட்டது. நாற்பது படகுகளை நானா சாகிப் ஏற்பாடு செய்திருந்தார்.

தற்செயலின் விதி சரணடைந்த பிரிட்டிஷாருக்கு எதிராகத் திரும்பிக்கொண்டிருந்தது. அலகாபாத், காசி பகுதியிலுள்ள பாசறையிலிருந்து தப்பிவந்த இந்தியப் படைவீரர்கள் கரையில்

இருக்க, எங்கிருந்து யார் என்று தெரியாதவர் முதலில் சுட, பிரிட்டிஷாரை நோக்கிப் படைவீரர்கள் சுட ஆரம்பித்தார்கள். சத்திசௌரா பகுதியில் குழப்பம் நிலவியது. கங்கை நதிக்குள் இறங்கிப் பிரிட்டிஷ்காரர்களைச் சுட்டார்கள். பிரிட்டிஷ் பெண்களும் குழந்தைகளும் சிறைப்பிடிக்கப்பட்டார்கள். நானா சாகிப்பிற்கு நடப்பது எதுவும் புரியவில்லை. சிறைப்பிடிக்கப்பட்ட சுமார் நூற்றி இருபது பெண்களும் குழந்தைகளும் பிபிகார் என்ற ஊருக்குக் கொண்டு செல்லப் பட்டார்கள். வேறு இடங்களில் சிறைபிடிக்கப்பட்ட பெண்களும் குழந்தைகளும் கொண்டுவரப்பட, எண்ணிக்கை இருநூறைத் தொட்டது. இவர்களை வைத்து பிரிட்டிஷாரிடம் பேரம் பேசலாம் என்று நினைத்தார் நானா சாகிப். கம்பேனிப் படைகள் அலகாபாத்திலிருந்து கிளம்பிவர, பிற கம்பேனிப் படைகளும் சேர்ந்துகொள்ள, பதேபூர் என்ற இடத்தில் நானா சாகிப் படைகளும் கம்பேனிப் படைகளும் மோதிக்கொண்டதில் கம்பேனிப் படைகள் வென்றுவிட, இன்னொரு படையை நானா சாகிப் அனுப்ப, அதுவும் தோல்வியுற்றது. கான்பூரை நோக்கிக் கம்பேனிப் படைகள் விரைந்தன. வரும் வழியில் கிராமங்களை அழித்துக் கண்களில் படும் ஆண்கள், பெண்கள், குழந்தைகளைப் படைகள் கொலை செய்தன. நானா சாகிப் இக்கட்டான சூழ்நிலையில் சிக்கிக்கொண்டார். சிறைபிடிக்கப்பட்ட பிரிட்டிஷ் பெண்கள், குழந்தைகளை என்ன செய்வது என்று குழப்பம் ஏற்பட, 1857ஆம் ஆண்டு ஜூலை 15ஆம் தேதி அந்தப் பெண்களும் குழந்தைகளும் கொல்லப்பட்டார்கள். இதற்கான உத்தரவை யார் பிறப்பித்தார்கள் என்பதில் மர்மம் உள்ளது. கொல்லப்பட்டபோது நானா சாகிப் அந்த இடத்தில் இல்லை. படைவீரர்கள் முதலில் இந்தக் கொலைக்கு ஒப்புக்கொள்ளவில்லை. முதல் சுற்றுத் துப்பாக்கிச் சூட்டில் ஏற்பட்ட அலறலைக் கேட்டுத் தயங்கினார்கள். சர்வர்கான் என்பவன் சில கொலைகாரர்களை ஏற்பாடு செய்தான். அவர்கள் பிரிட்டிஷ் பெண்கள், குழந்தைகளைக் கொலைசெய்து வறண்ட கிணற்றில் போட்டார்கள். காயமடைந்தவர்களும் அந்தக் கிணற்றில் வீசப்பட்டார்கள். ஒரே குழப்பமாக இருந்தது.

கம்பேனிப் படைகள் கான்பூரை அடைந்துவிட, அங்குள்ள ஆயுதக் கிடங்கிற்கும் பாசறைக்கும் தீவைக்கச் சொல்லிவிட்டு நானா சாகிப் கான்பூரை விட்டு நீங்கினார். பிபிகாரில் ஏற்பட்ட பெண்கள், குழந்தைகள் படுகொலையை அறிந்த கம்பேனிப் படையின் தலைவர் ஜெனரல் ஹாவ்லாக் பித்தூர் ஊரிலுள்ள ஆண்கள், பெண்கள், குழந்தைகள், வயதானவர்களைக் கொல்ல உத்தரவிட, அவ்வாறே

கம்பேனிப் படைகள் கொன்றார்கள். நானாவின் பித்தூர் அரண்மனைக்குத் தீ வைக்கப்பட்டது.

கான்பூரைக் கம்பேனிப் படைகள் கைப்பற்றிய பிறகு நானா சாகிப் மறைந்துவிட்டார். அவர் நேபாளம் சென்றதாகப் பேச்சு இருந்தது. பல ஆண்டுகளாக, கம்பேனிப் படைகள் நானா சாகிப்பைத் தேடிக்கொண்டிருந்தது. அவரைக் கண்டுபிடிக்க முடியவில்லை. அவர் என்ன ஆனார் என்பது பற்றித் தெளிவான செய்தி இல்லை. அவர் காணாமல் ஆகிவிட்டார்.

கதையை சுவாரஸ்யமாகக் கேட்டுவந்த யாஸ்மின், "நானா சாகிப் என்ன ஆனார்" என்று கேட்டாள்.

அவளை அணைத்துப் படுக்கையில் கிடத்திக்கொண்டே, "தெரியவில்லை" என்றான் கௌசிக்.

✤

9

லாவண்யா கையில் வைத்திருந்த கரண்டியைத் தரையில் விட்டெறிந்தாள். ஆனந்தனுக்குக் கோபம் ஏறிக்கொண்டிருந்தது. "அவ பாட்டுப் பாடறான்னா பாட்டைக் கேளுங்க. அவ பின்னாடியே ஏன் போறீங்க. மானம் இல்லாத பொம்பள. பெரிய உத்தமன் மாதிரி பேசறீங்க."

"அவ நல்லாப் பாடறா சப்போர்ட் பண்றதுக்கு யாருமில்லை. அவகூடப் பேசுனா உனக்கு ஏன் இப்படி பொத்துக்கிட்டு வருது. சங்கீத ஞானமில்லாத கழுதை" என்றான் ஆனந்தன்.

"அவ பாட்டை மட்டுமா கேக்கறீங்க. மனசைத் தொட்டுச் சொல்லுங்க. அவ மேலே ஆசை இல்லாமலா இருக்கீங்க. அதான் அவ பின்னாடி நாக்கைத் தொங்கப் போட்டுக்கிட்டு அலையறீங்க."

"என்னை நாயின்னு சொல்றியா" என்று கூறி சாப்பிட்டுக்கொண்டிருந்த தட்டைத் தரையில் வீசி எறிந்தான். தட்டில் இருந்த உணவு தரையில் விழுந்து சிதறியது. எழுந்து சென்று கை கழுவினான்.

லாவண்யா அமைதியானாள். அவள்தானே வீட்டைச் சுத்தப்படுத்த வேண்டும். ஆனந்தன் முன் அறைக்குச் சென்றுவிட்டான். அவள் தரையில் கிடந்தவற்றைச் சுத்தப்படுத்தினாள். தனக்கு ஒரு குழந்தை இல்லாததுதான் இதற்கெல்லாம் காரணமா என்று யோசித்தாள்.

ஆனந்தனுக்கும் லாவண்யாவுக்கும் ஆரம்பத்திலிருந்தே ஒத்துவரவில்லை. அவனுடைய ரசனையும் விருப்பங்களும் மனப்பாங்கும் லாவண்யாவிற்குத் தொடர்பற்றதாக இருந்தது. லாவண்யாவிற்குக் கர்நாடகச் சங்கீதம் கேட்டாலே தலைவலி வந்துவிடும். ஆனந்தன் கர்நாடகச் சங்கீதம் கேட்கிறான். லாவண்யா தொலைக்காட்சி

சீரியல் விரும்பிப் பார்ப்பாள். அப்போதெல்லாம் கடுமையான எரிச்சலில் ஆனந்தன் இருப்பான். வணிகசினிமாமீது ஈடுபாடு உள்ளவளாக லாவண்யா இருந்தாள். அவனுக்கு இதெல்லாம் அறிவற்ற செயலாகத் தோன்றும். இப்படித்தான் பொருத்தமற்ற உறவாக, அடிக்கடி சண்டை நடக்கும் வாழ்க்கையாக அமைந்துவிட்டது.

லாவண்யா வங்கியில் வேலை பார்க்கிறாள். அவனும் தொழிலில் கெட்டிக்காரத்தனமாக இருக்கிறான். ஆனால் அவளால் அவனுடன் பழகத்தான் முடியவில்லை. அவன் விட்டெறிந்த உணவையும் தட்டையும் சுத்தப்படுத்தி முடித்து விட்டு அவன் இருக்கும் முன் ஹாலுக்கு வந்து நாற்காலியில் உட்கார்ந்தாள். டி.வி.யை ஆன் பண்ணினாள். டி.வி. ஒளிர்ந்ததும் அவள் சேனலை மாற்றினாள். ஆனந்தன் எழுந்து உள்ளறைக்குச் சென்றான். நந்தினி பாடிப் பதிவுசெய்திருந்த குறுந்தகடைக் கணினியில் போட்டுக் கேட்டான். கேட்டுக் கொண்டிருக்கும்போதே லாவண்யாவிடமிருந்து எப்படி விடுவித்துக்கொள்வது என்ற சிந்தனை ஓடிற்று, விவாகரத்துதான் வழி என்று தோன்றியது. அதை நோக்கி வாழ்க்கையை எப்படி நகர்த்துவது என்று யோசித்து அவனுக்கு எதுவும் புலனாகவில்லை. ராம் பிரசாத்திடம் விவாதிக்க வேண்டும் என்று நினைத்தான். லாவண்யாவின் இடத்தில் நந்தினியை வைத்துப் பார்த்தான். மகிழ்ச்சியாக இருந்தது. ஆனால் எப்படி சாத்தியமாகும்.

ராம்பிரசாத்தும் ஆனந்தனும் சந்தித்தார்கள். பீர் கிளாஸ் நிரப்பப்பட்டது.

“லாவண்யாவ விவாகரத்து பண்ணணும்னா, அப்படி என்ன ரெண்டு பேருக்கும் பிரச்சினை. நீ மனசுலே நந்தினியை நெனைச்சிருக்கே. அவளை எப்படி நீ கல்யாணம் பணண முடியும். அவ ஆத்துக்காரன் காணாமப் போயிட்டான். எப்பனாலும் திரும்ப வரலாம். திரும்ப வராட்டியும் அவ அவனுக்கு மனைவிதானே. இரண்டாவது அவா பிராமணாள். அவா குடும்பத்துலே சம்மதிக்கணும். நந்தினியும் சம்மதிக்கணும். இதெல்லாம் நடக்கற காரியமா.”

“எனக்கு லாவண்யா கூட இருக்க முடியாது. பெரிய மன உளைச்சலா இருக்கு. தனியாகூட இருந்துட்டுப் போறேன். முதல்லே இவ கிட்டேயிருந்து நான் வெளியே வரணும்.”

“அதுக்கு நான் என்ன பண்ண முடியும். நான் போய் லாவண்யாகிட்ட பேச முடியுமா. முதல்லே அவ அதுக்கு

சம்மதிக்கணுமே. அப்புறம் கோர்ட். கேசு எப்ப முடிய, எப்ப ஆர்டர் கிடைக்க, எப்ப உனக்கு சட்டப்பூர்வ விவாகரத்து கிடைக்க... இதெல்லாம் சீக்கிரத்துலே நடக்கற காரியமா."

"நாம ஒரு வக்கீலைப் பார்ப்போம். எனக்கு ஒரு தெளிவு கிடைக்கும்."

"சரி, பாப்போம். எனக்குத் தெரிஞ்ச வக்கீல் இருக்காரு. பேரு சாம்பசிவம். அவரைப் போயி பாப்போம். அப்புறமா முடிவு எடு."

"அவளே விவாகரத்துக்குப் போற மாதிரி பெரிசா அவகூட சண்டை போடவா."

"முட்டாத்தனமா யோசிக்காதே. பிளான்பண்ணி ஆத்துக்காரியோட பெரிய சண்டை போட முடியுமா. அது விபரீதமா போயிருச்சுன்னா என்ன செய்வே. பொறுமையா இரு. வக்கீலைப் பாப்போம்."

"சரி, வக்கீலைப் பாப்போம்."

இருவரும் தொடர்ந்து பீர் குடித்தார்கள்.

✣

10

அலைபேசி மணி அடித்தது. நந்தினி ஆர்வத்துடன் எடுத்தாள். ஆனந்தன் பேசினான். "அடுத்த வாரம் ஞாயிற்றுக்கிழமை மைலாப்பூர் கல்யாணி சபாவிலே கச்சேரி இருக்கு. பெரிய ஆட்கள் வருவாங்க. தயாரா இருங்க. நாளைக்கு ஆல்பத்துக்காக கேமராமேனோட வர்ரேன். ரெடியா இருங்க. ரெண்டு வெவ்வேறு லோக்கேஷன். ரெண்டு வெவ்வேறு கீர்த்தனைகளுக்கு வாயசைத்துப் பாடவேண்டும். பின்னர் ஸ்டூடியோவில் பக்க வாத்தியங்களோடு பாடி ரெக்கார்டு செய்து சேர்த்துக்கொள்வோம். கல்யாணி சபாவிலே பாடி முடித்த பத்து நாட்களிலே இந்த ஆடியோவை ரிலீஸ் பண்ணுவோம். என்ன கீர்த்தனை பாடறதுன்னு முடிவு பண்ணிட்டீங்களா."

"ஒரு கீர்த்தனை 'மாரமணன் உமா ரமணன்'. இந்தோள ராகம். பாபநாசம் சிவன் கம்போசர். இன்னொன்னு 'மாதே மலையத்வஜே' கமாஸ் ராகம். முத்தையா பாகவதர் கம்போசர்."

"பாபநாசம் சிவன் சரி. பாகவதருக்குப் பதிலா தியாகராஜர் கீர்த்தனை இருக்கட்டும். அப்பத்தான் கேக்கறவங்களுக்குத் திருப்தியா இருக்கும்."

"அப்ப 'மருகேலரா' ஜயந்தஸ்ரீ ராகம். தியாகராஜர் கம்போசர்."

"நான் இந்தப் பாட்டைக் கேட்டிருக்கேன். அப்பீலா இருக்கும். இந்த ரெண்டு பாட்டுமே எனக்குப் பிடிச்சிருக்கு."

"வேறென்ன."

"வர்றப்ப நல்லா டிரெஸ் பண்ணிட்டு வாங்க. வேற டிரெஸ் செட்கள் எடுத்துக்குங்க. ரெண்டு

பாட்டுக்களையும் ஒரு டிரஸ்லே பாடுனா சோபிக்காது. அதனாலே சொல்றேன். அங்கே டிரஸ் மாத்திக்கலாம். மேக்கப் சாதனங்கள் நீங்கள் பயன்படுத்துறதைக் கொண்டுவரணும்."

நந்தினிக்குப் படபடப்பு ஏற்பட்டது. 'தான் போகிற போக்கு சரிதானா. ஏதாவது பிரச்சினையில் சிக்கிக்கொள்வோமோ' என்று சிந்தனை ஓடிற்று. "சரி, காலையிலே கிளம்பறதுக்கு முன்னே போன் பண்ணுங்க. நான் ரெடியா இருக்கேன்" என்றாள் நந்தினி.

அலைபேசியை வைத்துவிட்டு வீட்டிற்குள்ளே நடந்தாள். பிறகு ஆல்பத்திற்குப் பாட வேண்டிய கீர்த்தனைகளை சாதகம் பண்ணினாள்.

அடுத்த நாள் காலையில் ஆனந்தனின் கார் வந்து நிற்கும் ஓசை கேட்டது. வீட்டை விட்டு வெளியே வந்து அவனை வீட்டிற்குள் வரச்சொன்னாள். அவன் வந்து சேரில் உட்கார்ந்தான். உட்காருவதற்கு முன் ஈஸ்வரமூர்த்தியைப் பார்த்து வணக்கம் சொன்னான். அவர் வழக்கம்போல் ஈஸிசேரில் உட்காராமல் ஜிப்பா அணிந்து சேரில் உட்கார்ந்திருந்தார். நந்தினி சாமி அறையிலிருந்து வெளியே வந்தாள். பிரத்யேக அழகுடன் இருந்தாள்.

"அப்பா நான் ஆல்பம் ஷூட்டிங் போயிட்டு வரேன்" என்று சொல்லி ஈஸ்வரமூர்த்தியின் கால்களைத் தொட்டு வணங்கினாள். அவர் அவள் தலையைத் தொட்டு ஆசீர்வதித்தார். ஆனந்தனும் நந்தினியும் வீட்டைவிட்டு வெளியே வந்து காரில் ஏறினார்கள். நந்தினியின் நெளியான அடர்ந்த கூந்தலிலிருந்து வந்த நறுமணம் ஆனந்தனைக் கிறங்கவைத்தது.

"நீங்க இயற்கையிலேயே அழகுதான். கேமிரா படத்திற்கு வேறே சில ஜோடனைகள் தேவைன்னு நெனைக்கிறேன். அதனாலே ஒரு லேடி பியூட்டீசியசனை ரிசார்ட்டுக்கு வரச்சொல்லியிருக்கேன். கேமிராமேனையும் ரிசார்ட்டுக்கு வரச்சொல்லியிருக்கேன்."

"எனக்காக நீங்க ரொம்ப சிரத்தை எடுத்துக்கறேள். செலவும் பண்றேள். இதெல்லாம் எதுக்காகன்னு நேக்குத் தெரியலை."

"உங்களுக்காகத்தான். உங்க மேலே உள்ள அக்கறையிலே தான்."

நந்தினி ஒன்றும் பதில் பேசவில்லை. கார் ஜன்னல் வழியே வெளியே பார்த்துக்கொண்டிருந்தாள். ரிசார்ட்டை வந்தடைந்தார்கள். விருந்தினர் இல்ல முன் வராண்டாவில் பியூட்டீசியனும் கேமிராமேனும் அவரது உதவியாளரும்

உட்கார்ந்திருந்தார்கள். கார் நின்றதும் அவர்கள் எழுந்து நின்றார்கள்.

பியூட்டீசியனிடம், “இவுங்க பேரு நந்தினி. கர்நாடக இசைப் பாடகி. ஓர் ஆல்பம் தயார்பண்ண வந்திருக்கோம். நீங்க உள்ளே உள்ள ரூம்லே போயி மேக்கப் பண்ணிவிடுங்க. நானும் கேமிராமேனும் ரிசார்ட்டைச் சுற்றிப் பார்த்துட்டு வாரோம்.”

பியூட்டீசியனிடம், “உங்கள் பேரென்ன” என்று நந்தினி கேட்டாள். அவள், “அஞ்சனா” என்றாள். இருவரும் வீட்டிற்குள் நுழைந்து அங்குள்ள அறைக்குள் சென்று கதவை அடைத்துக் கொண்டார்கள்.

கேமராமேனும் ஆனந்தனும் ரிசார்ட்டைச் சுற்றிப் பார்த்தார்கள். ‘நீர் ஓடும் இடத்தில் உள்ள படிக்கட்டுகளில் பாடிக்கொண்டே வரலாம். பிறகு சில மரங்கள் உள்ள பகுதிகளில் நடக்கலாம். வீட்டில் ஊஞ்சல் இருப்பதால் அங்கு சில காட்சிகள் எடுக்கலாம். மொத்தம் இரு பாட்டுக்களும் சேர்ந்து பதினைந்து நிமிடங்கள் ஆகும். நந்தினியை வெவ்வேறு கோணங்களிலும் படம்பிடித்துவைத்துக்கொள்ளலாம். ஆல்பம் பாமரத்தனமாக இருக்கக்கூடாது. எலைட்டாக இருக்க வேண்டும்’ என்றெல்லாம் இருவரும் பேசிக்கொண்டார்கள்.

வீட்டின் வாசலுக்கு வந்து நின்றார்கள். உள்ளே இருந்து நந்தினி வந்தாள். மஞ்சள் நிறமாக இருந்தாள். கைகள் மஞ்சளாக இருந்தன. கண்கள் மை தீட்டப்பட்டு அகன்று பெரிதாக இருந்தன. வெளியே வந்து வெயிலில் நின்றபோது தங்கம் போல மின்னினாள். ஆனந்தனின் மனம் நிலைகுலைந்தது. ‘கடவுளே இவளின் அழகு என்னை வதைக்கிறதே. காப்பாற்று’ என்று மனத்திற்குள் சொல்லிக்கொண்டான்.

படப்பிடிப்பு நடந்தது. கேமராமேன் அவளை வெவ்வேறு கோணங்களில் படம் எடுத்தார். பாடிக்கொண்டே படிகளில் இறங்கி வந்தாள். மரங்களிடையே அலைந்தாள். உடைகள் மாற்றிக்கொண்டு வந்தாள். வீட்டின் உள்ளே ஊஞ்சலில் அழகான இடங்களில் தாழ்வாரங்களில் பாடிக்கொண்டே வருவதுபோல் படம்பிடித்தார். மாற்றப்பட்ட உடைகளுடனும் வெவ்வேறு கோணங்களில் படம் எடுத்தார். ஏற்கெனவே வாங்கிவைத்திருந்த தம்புராவை மீட்டிக்கொண்டே பாடுவதுபோல் படம் எடுத்தார். படப்பிடிப்பு முடிந்தது.

ஆனந்தனை நந்தினி தனியாக அழைத்து, “இந்த மேக்கப் கண்களுக்குத் தீட்டிய மை இதெல்லாம் அழித்து நான் இங்கு வந்ததுபோல் வீட்டுக்குத் திரும்பப் போகவேண்டும். தெருவில்

உள்ளவர்களுக்கும் அப்பாவிற்கும் வித்தியாசமாகத் தெரியாமல் இருக்கவேண்டும்."

"ஆமாம். நீங்கள் சொல்வது சரிதான்" என்று சொல்லி அஞ்சனாவை அழைத்து அவள் சொன்னதைக் கூறினான். அஞ்சனா நந்தினியை அழைத்துக்கொண்டு வீட்டிற்குள் சென்றாள். கேமராமேனைப் போகச் சொல்லிவிட்டார்கள். அவன் காத்திருந்தான். மேக்கப் கலைந்த அழகுடன் நந்தினி வந்தாள். அஞ்சனா அவள் காரில் ஏறிச் சென்றுவிட்டாள். நந்தினியும் ஆனந்தனும் தனியே இருந்தார்கள்.

"டீ சாப்பிடுவோம்" என்றான் ஆனந்தன்.

நந்தினி, "சரி" என்றாள். இருவரும் உள்ளே சென்று சோபாவில் உட்கார்ந்தார்கள். வேலையாளை டீ கொண்டுவரச் சொன்னான். இருவருக்கும் இடையே உள்ள இடைவெளி குறைவாகத்தான் இருந்தது. அவளிடமிருந்து நறுமணம் வீசியது. அவளுடைய கைவிரல்களைப் பார்த்தான். 'கைகளைக் கோர்த்துக்கொள்ளலமா அல்லது எழுந்து செல்லும்போது அவளைக் கட்டிப்பிடித்துக்கொள்ளலாமா' என்ற சிந்தனை ஆனந்தனுக்கு ஏற்பட்டது. டீ குடித்தார்கள். சிரமப்பட்டுத் தன்னைக் கட்டுப்படுத்திக்கொண்டான் ஆனந்தன்.

'இந்த ஆல்பம் நன்றாக வரவேண்டும். பாமரத்தனமாக இல்லாமல் அழகியல்ரீதியாக நன்றாக இருக்குமாறு அமைக்க வேண்டும்' என்று கேமராமேனிடம் கூறியிருப்பதாக ஆனந்தன் கூறினான்.

"நீங்கள் பார்த்துக்கொள்ளுங்கள். உங்களை நம்பித்தான் நான் இந்த மாதிரி காரியங்கள்ளே ஈடுபடறேன்."

"நான் பார்த்துக்கிறேன்."

இருவரும் காரில் ஏறினார்கள்.

❖

11

வக்கீல் சாம்பசிவம் பெரிய மேசையின் பின் உட்கார்ந்திருந்தார். அவரைப் பார்த்து ராம் பிரசாத்தும் ஆனந்தனும் உட்கார்ந்திருந்தார்கள்.

"ராம் பிரசாத் நீங்க இப்ப சங்கீதத்துலே முக்கியமான ஆளாயிட்டீங்க. ரசிகக் கூட்டம் அதிகரிச்சுண்டே போறது. மியூசிக் சீரியல்னா உங்க பேரை விட முடியாது" என்றார் சாம்பசிவம்.

"எல்லாம் உங்கள மாதிரி இருக்கறவா ஆசிர்வாதம்" என்றான் ராம் பிரசாத்.

"என்ன விஷயம். சாருக்கு என்ன பிரச்சினை. ப்ரெண்டா. கூட்டிண்டு வந்திருக்கேளே."

"இவர் பேரு ஆனந்தன். எனக்கு நெருங்கிய நண்பன். ஒண்ணாப் படிச்சோம். இவன் சில விஷயங்கள்லே உங்க கருத்தைக் கேக்கணும்னு நினைக்கிறான். ரியல் எஸ்டேட் தொழில் பண்றான்."

"சொல்லுங்க சார்."

"எனக்கும் என் வொய்ப்புக்கும் பிடிக்கலை. விவாகரத்து பண்ணலாம்னு பாக்கறேன். நான் என்ன செய்யறது."

"ஒரு தரப்பா அப்ளை பண்றீங்களா. இல்லை இரண்டு தரப்பும் சேர்ந்து ம்யூச்சுவல் கன்சென்ட்ல பண்றேளா."

"நான் என் தரப்புலேருந்து பண்ணலாம்னு பாக்கறேன்."

"உங்க வொய்ப்புக்கு வேறே ஆணோட தொடர்பு இருக்கா."

"இல்லை."

“நீங்க இந்துதானே. அவ வேற மதத்துக்கு மாறிட்டாளா. மனநிலை சரியில்லாம இருக்காளா. தொற்றுநோய், அதாவது தொழுநோய் மாதிரி ஏதாவது ஒரு நோயால் பாதிக்கப்பட்டிருக்காளா. உலகத்தைத் துறந்துட்டாளா அல்லது கொடுமைப்படுத்தறாளா.”

“இது எதுவுமே இல்லை. புடிக்கலைன்னு சொல்லி வாங்க முடியாதா.”

“அதெப்படி முடியும். இந்துத் திருமணச் சட்டம்னு ஒண்ணு இருக்கே. அதுலே என்னென்ன இருந்தா டைவோர்ஸ் பண்ணமுடியும்னு சொல்லியிருக்கே.”

“கொடுமைப்படுத்தறான்னு சொல்லலாமா.”

“சொல்லலாம். எப்படியெல்லாம் கொடுமைப்படுத்தினாள்னு சொல்லணும். நிரூபிக்கணும். உங்க வீட்டுக்காரி நான் அவரைக் கொடுமைப்படுத்தலைன்னு கவுண்ட்டர் போடுவா. கேஸ் இழுத்துண்டே போகும். கடைசிலே கோர்ட் அவ சொல்றதைத்தான் நம்பும். அப்புறம் நாம அப்பீலுக்குப் போகணும். அதிலேயும் ஜெயிக்க முடியாது. உத்தரவாதம் இல்லை.”

“அப்ப நான் என்ன பண்றது.”

“உங்க வீட்டுக்காரி சம்மதிச்சான்னா ம்யூச்சுவல் கன்சென்ட்லே விவாகரத்து வாங்கலாம். அவ ஒத்துப்பாளா. உங்க ரெண்டுபேருக்கும் கல்யாணமாகி எத்தனை வருஷமாச்சு.”

“மூணு வருஷத்துக்கு மேலே ஆச்சு.”

“அப்ப சரி. இந்து திருமணச் சட்டம் செக்ஷன் 13B–படி ம்யூச்சுவல் கன்சென்ட்ல கோர்ட்லே பைல் பண்ணலாம். அதுக்கு முன்னாடி ரெண்டு பேரும் தனித்தனியா ஒரு வருஷம் பிரிஞ்சிருந்தோம்னு சொல்லணும். சொல்லிக்கலாம். உங்க வீட்டுக்காரி சம்மதிப்பாளா. கேஸ் போட்ட ஆறுமாசம் கழிச்சி கோர்ட்லே ரெண்டு பேரையும் கூப்பிடுவா. மனசு மாறியிருச்சான்னு கேப்பா. இல்லைன்னு சொல்லணும். விவாகரத்து ஆர்டர் கொடுத்துருவா. முதல்லே உங்க வீட்டுக்காரி விவாகரத்துக்கு சம்மதிக்கணும். அப்பதான் இது சாத்தியம். குழந்தை யாரு கஸ்டடி, சொத்தைப் பிரிக்கிறது, அவளுக்கு எவ்வளவு பணம் கொடுக்கறது . . . இதெல்லாம் முடிவு பண்ணணும்.”

"எங்களுக்குக் குழந்தை இல்லை. அது என்னோட அதிர்ஷ்டம். மத்த விஷயங்கள் பிரச்சினை இல்லை. ஆனா அவ சம்மதிக்கணும்."

"அதுதானே முக்கியம். யாரையாவது வைச்சு பேசிப்பாருங்க. இந்தா ராம் பிரசாத் இருக்காரு. இவரு போயி உங்க வீட்டுக்காரியாண்டே பேசமாட்டாரா."

"என்ன சார், என்னை மாட்டிவிடறேள். அவனே அவ கையைக் காலை புடிச்சு வாங்கட்டும்" என்றான் ராம் பிரசாத்.

"சார் எனக்கு இன்னொரு விவரம் தெரியணும்" என்றான் ஆனந்தன்.

"சொல்லுங்கோ."

"எட்டு வருஷத்துக்கு முன்னாடி ஒருத்தர் காணாம போயிட்டாரு. எங்கேயிருக்கார்னு தெரியலை. தகவலும் இல்லை. யாரும் பாத்ததாவும் தகவல் சொல்லலை. அவரோட மனைவி இன்னொரு கல்யாணம் பண்ணிக்கலாமா."

"எப்படிப் பண்ணிக்க முடியும். கணவர் உயிரோடு இருக்கறதாத்தானே அர்த்தம். போலீஸ்லே எப்.ஐ.ஆர். போட்ருக்காளா."

"எப்.ஐ.ஆர். போட்ருக்காங்க."

"அதுலே காணாமப்போன தேதி போட்ருப்பாங்க. அதுலேயிருந்து ஏழு வருஷத்துக்கு மேலே ஆயிருச்சுன்னா, தகவல் இல்லைன்னா, கோர்ட்லே கேஸ் போட்டு இறந்துட்டார்னு ஆர்டர் வாங்கலாம். அதுக்கப்பறம் அவ கல்யாணம் பண்ணிக்கலாம். அது சட்டப்படியானது."

"எவ்வளவு காலத்துலே வாங்கலாம்."

"கோர்ட்லே சொல்லமுடியாது. முன்னே பின்னே ஆகும். ஆறுமாசம் அல்லது எட்டு மாசத்துக்குள்ளே வாங்க வாய்ப்பிருக்கு."

"ம்யூச்சுவல் கன்சென்ட்டிலே விவாகரத்து கேட்டா ஆறு மாசத்துலே கிடைக்கும்னு சொன்னீங்க. அதுக்கு மேலேயும் ஆகுமா."

"ஆறுமாசம் முடிஞ்ச பிறகு வாங்கிடலாம். ராம் பிரசாத், உங்க ப்ரெண்டு ரெண்டுக்கும் முடிச்சுப் போடறார் போல இருக்கே."

"எனக்கு ஒண்ணும் தெரியாது. அவன் மனசுலே என்ன இருக்குன்னு அவனுக்குத்தான் தெரியும்" என்றான் ராம் பிரசாத்.

"சார், சில விளக்கங்கள் கேட்டேன். இப்ப தெரிஞ்சுக் கிட்டேன். கேஸ் போடறதா இருந்தா உங்ககிட்டேதான் வருவோம்" என்றான் ஆனந்தன்.

"வாங்கோ. அதுக்குத்தானே நான் இருக்கேன்" என்றார் சாம்பசிவம்.

✧

12

இன்று மைலாப்பூர் கல்யாணி சபாவில் நந்தினியின் கச்சேரி. அவள் காலையிலேயே எழுந்து சாதகம் செய்தாள். முதன்முதலில் சபாவில் பாடும் கச்சேரி என்பதால் சற்று மனப் பதற்றத்திலிருந்தாள். பூஜை அறைக்கு அடிக்கடி சென்று வழிபட்டு வந்தாள். மாலை ஆனந்தனின் கார் வந்தது. அதில் அவளும் ஈஸ்வரமூர்த்தியும் ஏறிக்கொண்டார்கள்.

சபாவில் ஆனந்தன் நின்றிருந்தான். செக்ரட்டரி அறைக்கு அழைத்துச் சென்றான். செக்ரட்டரி அவளை உட்காரச் சொன்னார்.

"இதான் உனக்கு முதல் கச்சேரி. நல்லா பண்ணு. பயமில்லாம பண்ணு. கூட்டத்தைப் பார்த்து பயந்துறக் கூடாது. வேற சில சபா முக்கியஸ்தர்களையும் வரச்சொல்லியிருக்கேன். உனக்கு நல்ல எதிர்காலம் இருக்கு" என்றார் செக்ரட்டரி.

"சரி சார். உங்க ஆசீர்வாதம் எனக்கு பலம். நல்லாப் பாடியிருவேன் சார்."

சபா ஊழியர் மேடைக்கு அழைத்துச் சென்றார். பக்க வாத்தியக்காரர்கள் ஏற்கெனவே வந்திருந் தார்கள். நந்தினி நீலக்கலர் பட்டுப்புடவையில் இருந்தாள். தலையில் நிறைய மல்லிகைப்பூ சூடியிருந்தாள்.

முன்வரிசையில் ராம் பிரசாத் உட்கார்ந்திருந் தான். அருகில் ஆனந்தன். பிற முக்கியமானவர்கள். கூட்டம் நிறைவாக இருந்தது.

மைக்கை சரிசெய்து பார்த்துவிட்டுப் பாட ஆரம்பித்தாள். முதல் கீர்த்தனை சம்பிரதாயமானது.

பிறகு வேகம் எடுத்தது. விரிவான ஆலாபனை விரிவான ஸ்வரங்கள். கீர்த்தனைகள் தெளிவான உச்சரிப்புடன் இருந்தன. ராம் பிரசாத்திற்கு அவள் கச்சேரியைக் கையாளும் விதம் ஆச்சரியத்தைத் தந்தது. விரைவில் பிரபலமாகிவிடுவாள் என்று தோன்றியது. கூட்டமும் ரசித்தது தெளிவாகத் தெரிந்தது. செக்ரட்டரி வெங்கட்ராமன் மகிழ்ச்சியாக இருந்தார். டிசம்பர் சீசனில் போட்ட கச்சேரி போல இருக்கிறது என்று நினைத்துக்கொண்டார்.

கச்சேரி முடிந்தது. பெரிய கூட்டம் நந்தினியைச் சூழந்து கொண்டது. நந்தினி பெரும் உவகையிலிருந்தாள். கச்சேரி சிறப்பாக இருந்தது என்று எல்லாரும் அபிப்பிராயப் பட்டார்கள். சிறுபெண் ஒருத்தி நந்தினியின் காலில் விழுந்து ஆசீர்வாதம் வாங்கினாள். பலர் நந்தினியின் கையைப் பிடித்துக் குலுக்கினார்கள். ராம் பிரசாத் தன்னைச் சுற்றியிருந்தவர்களிடம் நந்தினி பாடியதைப் பாராட்டிச் சொன்னான்.

ஈஸ்வரமூர்த்திக்கு நடப்பதெல்லாம் கனவு போல் தோன்றிப் பிரமிப்பிலிருந்தார். 'வீட்டுக்குள்ளேயே பாடிக்கொண் டிருப்பவள், எப்போதாவது சான்ஸ் கேட்டுக் கோயில்களில் பாடுகிறவள் இன்றைக்கு சபாவில் பாடியிருக்கிறாள். கூட்டம் கை தட்டுகிறது. சுற்றி நின்று பாராட்டுகிறார்கள். எல்லாம் அதிசயமாக இருக்கிறது. கோயிலுக்குப் போற நேரம் தவிர மீதி நேரங்களில் வீட்டுக்குள்ளேயே முடங்கிக் கிடந்தவள் இப்போது மேடையில் ஜொலிக்கிறாள். நந்தினி தன்னுடைய பயணத்தைத் தொடர வேண்டும். ஏணிப்படிகளில் ஏறவேண்டும். மேலும் மேலும் பிரபலமடைய வேண்டும்' என்றெல்லாம் நினைத்துக்கொண்டிருந்தார்.

ஆனந்தன் அவரை அழைத்துத் தன் பக்கத்தில் இருக்கச் சொன்னான். ராம் பிரசாத்திடம் அவரையும் அவரிடம் ராம் பிரசாத்தையும் அறிமுகப்படுத்தினான். ஈஸ்வரமூர்த்தி தூய நாலுமுழம் வெள்ளை வேட்டி, புது வெள்ளை ஜிப்பா அணிந்திருந்தார். நெற்றியில் நாலு விரக்கடை திருநீறு இட்டிருந்தார்.

வந்திருந்த வேறு சபாக்களைச் சேர்ந்த சில முக்கிய மானவர்கள் செக்ரட்டரியிடமும் ராம் பிரசாத்திடமும் வந்து அவளைப் பாராட்டிப் பேசினார்கள். அவள் மேடையை விட்டுக் கீழே இறங்கி அவர்கள் இருக்கும் இடத்திற்கு வந்தாள். செக்ரட்டரியை வணங்கினாள். அவர் மற்றவர்களை அறிமுகம்செய்துவைத்தார். நந்தினி சிரித்த முகமாயிருந்தாள். "டிசம்பர் சீசன்லே வேற சில சபாக்கள்லே உங்களுக்கு இடம் கிடைக்கும். முதலில் காலை நேரக் கச்சேரி. பிறகு மெயின்

கச்சேரிக்குப் போயிருவீங்க" என்றார் செக்ரட்டரி. அந்த இடமே சந்தோஷமயமாக இருந்ததை ஈஸ்வரமூர்த்தி பார்த்தார். 'இதற்கு முன்னால் இதுவரை இவ்வளவு சந்தோஷமாக நந்தினியைப் பார்த்ததில்லை. ஆளே மாறிப்போய்விட்டாள். புது மணப்பெண் மாதிரி இருக்கிறாள். இவளை வீட்டில் முடக்கக் கூடாது,' என்ற உணர்வில் ஈஸ்வரமூர்த்தி இருந்தார்.

அனைவருக்கும் செக்ரட்டரி இரவு உணவு ஏற்பாடு செய்திருந்தார். நடந்துசெல்லும்போது நந்தினி அருகில் ஆனந்தன் நடந்துவந்தான். ஆனந்தனின் காதருகே முகத்தைக் கொண்டு சென்று, "எல்லாத்துக்கும் நீங்கதான் காரணம். என் வாழ்க்கையில் முக்கியமான நாள் இது. நன்றி. ரொம்ப ரொம்ப நன்றி" என்றாள். ஆனந்தன் சிரித்துக்கொண்டான். நந்தினி, ஆனந்தன் உறவு இறுகுவது போல் ராம் பிரசாத்திற்குத் தோன்றியது.

இரவு உணவு நடக்கும்போது சந்தோஷத்தில் செக்ரட்டரி தன்னிடம் உள்ள ஜோக்குகளை அவிழ்த்து விட்டுக்கொண் டிருந்தார். இரவு உணவு முடிந்த பின், ஈஸ்வரமூர்த்தியையும் நந்தினியையும் ஆனந்தன் தன்னுடைய காரில் அவர்கள் வீட்டில் இறக்கிவிட்டான்.

வீட்டிற்குள் நுழைந்ததும் நந்தினியின் கையை ஈஸ்வர மூர்த்தி பற்றிக்கொண்டு, "உன்னை இவ்வளவு சந்தோஷமா இப்பத்தான் பாக்கறேன்" என்றார். அவர் கண்களில் நீர் வழிந்தது.

"அழாதீங்க அப்பா" என்றாள் நந்தினி.

✣

13

சாம்பசிவம் ஒரு பழைய சினிமாப் பாட்டை முணுமுணுத்துக்கொண்டிருந்தார். உதவியாளரைக் கூப்பிட்டு, “வெளியே யார் இருக்காங்க” என்று கேட்டார். “ரெண்டு பெண்கள் உட்கார்ந்திருக்காங்க” என்றார் உதவியாளர். வரச்சொன்னார்.

லாவண்யாவும் அவள் தோழியும் வந்து உட்கார்ந்தார்கள். “என் பேரு லாவண்யா. பேங்குலே வேலை பாக்கறேன். இவ என் கூட வேலை பாக்கறா. கவிதான்னு பேரு” என்றாள் லாவண்யா.

“சொல்லுங்கோ.”

“எனக்கு கணவர்கிட்டேயிருந்து விவாகரத்து வேணும். தினசரி பெரிய மன உளைச்சலா இருக்கு. பேங்குலேயும் வேலை பாத்துட்டு, வீட்டு வேலையும் பாத்துட்டு இந்த மனுஷனோட போராட வேண்டியிருக்கு.”

“சரி, கல்யாணமாகி எத்தனை வருஷமாச்சு.”

“மூணு வருஷத்துக்கும் மேலை ஆச்சு.”

“ம்யூச்சுவல் கன்செண்ட்லே கேஸ் போடறேளா. அல்லது ஒரு தரப்பா போடறேளா.”

“அவர்ட்ட போயி எப்படி கேக்கறது. ஒரு தரப்பாத்தான் போடணும்.”

“இப்ப அவர் கூட இருக்கீங்களா, உங்க அம்மா வீட்லே இருக்கீங்களா.”

“ஒரு சண்டை வந்துச்சு. நான் எங்க அம்மா வீட்டுக்கு வந்துட்டேன்.”

“சார் இவளுக்கு வேலையிலே கவனம் இல்லாமல் போயிருது. பாக்கறது பேங்க் வேலை. கணக்குப் பிசகுச்சுன்னா பெரிய சிக்கலாயிரும்.

எப்பவும் ஏதோ சிந்தனையிலே இருக்கா. நான்தான் இப்படி ஒரு யோசனை சொல்லிக் கூட்டிவந்தேன்" என்றாள் கவிதா.

"ஒரு தரப்புன்னா சிரமம். கேஸ் இழுக்கும். அவர் உங்களைக் கொடுமைப்படுத்தினார்னுதான் போட வேண்டியிருக்கும். அவர் யார், என்ன வேலை பாக்கறார்."

"அவர் பேரு ஆனந்தன். ரியல் எஸ்டேட் தொழில் பண்றாரு."

"பாடகர் ராம் பிரசாத் ப்ரெண்டா அவர்."

"ஆமா சார். அவர்தான் ஒரு பாடகியை இவர்கிட்டே அறிமுகப்படுத்தி அவ பின்னாடியே சுத்தறார். எந்நேரமும் அவ நெனைப்பாவே இருக்காரு. என்னை திட்டிக்கிட்டே இருக்காரு. எரிஞ்சு விழறார்."

"இப்ப என் வேலை ஈஸியாப் போச்சு. ஆனந்தனும் எங்கிட்டே விவாகரத்து சம்பந்தமா கன்சல்ட் பண்ணினார். ம்யூச்சுவல் கன்சென்ட்னா கேஸ் போட்ட ஆறு மாசம் கழிச்சு மனசு மாறியிருச்சான்னு கேப்பா, இல்லைன்னு சொல்லணும். அப்புறம் சீக்கிரமா ஆர்டர் வாங்கியிரலாம். ஏற்கனவே ரெண்டு பேரும் ஒரு வருஷம் பிரிஞ்சிருக்கோம்னு சொல்லணும். இப்ப ரெண்டு பேருக்கும் ஒரே சிந்தனைதான் இருக்கு. இடையிலே யாராவது ரெண்டுபேர்கிட்டேயும் பேசி ம்யூச்சுவல் கன்சென்டிலே போகலாம்னு சம்மதம் வாங்கணும். ரெண்டு பேரையும் தெரியும்கிறதனாலே நானே இந்தக் கேஸை நடத்தறேன். விவாகரத்து ஆர்டர் வாங்கியிரலாம். யார் ரெண்டுபேர் கிட்டேயும் பேசுறதுன்னு முடிவு பண்ணுங்க. உங்க கூட வந்திருக்காங்களே ப்ரெண்டு அவுங்க பேசுவாங்களா."

"நானா. என்ன சார், நான் எப்படி சார் இந்த வேலையிலே இறங்கறது. யாராவது பெரிய மனுஷன் இறங்குனா நல்லது" என்றாள் கவிதா.

"பெரிய மனுஷனுக்கு நான் எங்கே போறது. ராம் பிரசாத்தை எனக்குத் தெரியும். அவர்ட்டே பேசிப் பாக்கவா."

"சார் வேண்டாம் சார். அவர்தான் அந்த நந்தினி நாசமாப் போறவளை இணைச்சுவிட்ருக்கார்."

"ராம் பிரசாத் என்ன பண்ணுவார். சரி, அதை விடுங்க. ரெண்டுபேரும் தனித்தனியா ஒரே விஷயத்துக்கு வந்திருக்கீங்க. ரெண்டுபேரோடையும் பேசற ஆளைப் பிடிக்கணும். வேற வழி இல்லேன்னா நானேதான் எறங்கணும்போல இருக்கு. குழந்தையில்லைன்னு அவரே சொல்லிட்டார். என்ன பணம் எதிர்பார்க்கிறீங்கன்னு யோசிச்சு சொல்லுங்க. ரெண்டு

பேர் பேர்லேயும் சொத்து, பணம் இருந்தா அதை எப்படி பிரிச்சுக்கிறதுன்னு யோசிக்கணும். இதைப் பத்தியெல்லாம் ஒரு ஐடியா வைச்சுக்குங்க. உங்க மொபைல் நம்பரைக் கொடுத்துட்டுப் போங்க. இந்தாங்க என் விசிட்டிங் கார்டு. நான் போன் பண்ணிக் கூப்பிடறப்ப உங்க அப்பாவையும் கூட்டிண்டு வாங்க. அம்மா உங்க பேரென்ன கவிதாவா. எப்படி ஞாபகம் வைச்சிருக்கேன் பாருங்க. நீங்களும் துணைக்கு வரலாம். அப்பதான் அவுங்க ஸ்ட்ராங்கா இருப்பாங்க."

"சரி சார். நான் எங்க அப்பாகிட்டே கலந்துக்கறேன். ஆனா விவாகரத்து திட்டத்துலே உறுதியா இருக்கேன். இப்ப என்னாலே பேங்லே வேலை பாக்கறதே சிரமமா இருக்கு" என்றாள் லாவண்யா.

"சரி, போய்ட்டு வாங்க" என்று எழுந்து நின்றார் சாம்பசிவம்.

"ஒரு நிமிடம். என்னைப் பாக்கச் சொல்லி உங்ககிட்டே யார் சொன்னா அல்லது நீங்களா வந்தீங்களா" என்றார் சாம்பசிவம்.

"சார் வேறே ஒரு பிராஞ்சுலே வேலை பாக்கறாங்க. சுகன்யான்னு பேரு. நீங்கதான் விவாகரத்து வாங்கிக் கொடுத்திங்கன்னு சொன்னாங்க."

"ஆமா, நான்தான் வாங்கிக் கொடுத்தேன். நல்லா இருக்காளா."

"நல்லா இருக்காங்க சார்."

✤

14

தன்னுடைய பெரிய மொபைல் போனில் யூடியூபில் தன்னுடைய இரண்டு பாட்டுகளையும் பார்த்த நந்தினிக்கு ஆச்சரியமாகவும் மகிழ்ச்சியாகவும் இருந்தது. இரண்டு பாட்டுக்களுக்கான காட்சிகளையும் கலையம்சத்தோடு படம் பிடித்திருந்தார்கள். இடையிடையே கடல் அலைகள் கரையை நோக்கி வரும் காட்சிகளையும் சேர்த்திருந்தார்கள்.பறவைகள் பறக்கும் காட்சிகளையும் சேர்த்திருந்தார்கள். இந்த போன் நேற்று மாலை அவளுக்குக் கிடைத்தது. சபாவில் பாடியதற்குச் சன்மானம் என்று சொல்லி இந்தப் போனைக் கொடுத்துவிட்டிருந்தான் ஆனந்தன். இரண்டு வீடுகள் தள்ளியிருக்கும் வீட்டில் உள்ள கல்லூரியில் படிக்கும் ரமேஷ்குமாரிடம் சென்று போனின் நுணுக்கங்களையெல்லாம் கற்றுக்கொண்டாள். ஏற்கனவே வைத்திருந்தது டச் ஸ்கிரீன் என்றாலும் பழைய போனாக இருந்தது. யூடியூபில் அவளைப் பார்க்க அவளுக்கே ஆசையாக இருந்தது.

அப்பாவிடம் சென்றாள். “இந்த போன் சபாவிலே பாடினதுக்கு சன்மானம். இங்கே பாருங்க. இதுக்கு பேரு யூடியூப். இதுலே நான் பாடிண்டு வர்ற காட்சியைப் பாருங்க” என்று இரண்டு பாட்டுக்களையும் காண்பித்தாள். “சினிமா மாதிரியில்ல இருக்கு” என்று நாலைந்து தடவை சொல்லிவிட்டார் ஈஸ்ரவமூர்த்தி.

“அப்பா நேத்து காலையிலேதான் யூடியூபிலே போட்டிருக்கா. அதுக்குள்ளே ஐயாயிரம் பேர் பாத்துருக்கா.”

“ஐயாயிரம் பேரா.”

“இன்னும் கூடிண்டே போகும். நாம ஒவ்வொரு நாளும் பாத்துக்கலாம்.”

மீண்டும் ஈஸ்வரமூர்த்தி,"சினிமா மாதிரியே இருக்கே" என்றார். அவர் பரவசத்திலிருந்தார். 'இவ்வளவு அழகும் திறமையும் உள்ளவள் வீட்டுக்குள்ளேயே இருந்திருக்காளே. இப்போது நல்ல காலம் பிறந்திருக்கிறது,' என்று அவர் நினைத்துக் கொண்டார்.

நந்தினி தன் அறையில் உட்கார்ந்து திரும்பத் திரும்ப அந்தக் காட்சிகளைப் பார்த்துக்கொண்டிருந்தாள். ஆனந்தனிடமிருந்து போன் வந்தது.

"நீங்க நல்ல சன்மானம் கொடுத்திருக்கேள். அதுலே யூடியூபிலே என் பாடல் காட்சிகளைப் பார்த்தேன். நல்லா பண்ணியிருக்கா. கலைநயத்தோட இருக்கு. என் வாழ்க்கையிலேயே சந்தோஷமான காலகட்டத்திலே நான் இருக்கேன். எல்லாம் உங்களாலேதான். அன்னைக்குக் கல்யாணவசந்தம் பாட்டைக் கேட்டுத்தானே வீட்டுக்கு வந்தேள்."

"ஆமா, உங்க அறிமுகம் கிடைச்ச பிறகுதான் நானும் என் வாழ்க்கையிலேயே சந்தோஷமான காலகட்டத்திலே இருக்கேன்னு தோணுது."

சற்று நேரம் மௌனம் நிலவியது.

"ரெண்டு சபாவிலே டிசம்பர் சீசன்லே காலைக் கச்சேரிக்கு உங்களைப் போடப்போறாங்க. உங்ககிட்டே பேசுவாங்க. இனி உங்களுக்கு ஏற்றம்தான்."

"அப்பாவுக்கும் ரொம்ப சந்தோஷம். நானும் பல கீர்த்தனைகளைப் படித்து, மனப்பாடம் பண்ணி சாதகம் பண்ணிண்டு இருக்கேன்."

அவள் மீண்டும் யூடியூபில் தான் பாடிய காட்சிகளைப் பார்த்தாள். மகிழ்ச்சியாக இருந்தது. கோயிலுக்குப் போகவேண்டும் போலிருந்தது. அந்தப் போனைக் கைப்பையில் வைத்துக் கொண்டு ஈஸ்வரமூர்த்தியிடம் சொல்லிவிட்டுக் கோயிலுக்குக் கிளம்பினாள்.

அவள் நடந்து சென்றாள். வழக்கமான பாதை. வழக்கமான கடைத்தெரு. ஆனால் அவள் வேறு சிந்தனையில் இருந்தாள். எதையும் கவனிக்கவில்லை. ஒரு ஸ்கூட்டர் அவளை மோதும் நெருக்கத்தில் வந்து நின்றது. ஸ்கூட்டரில் வந்த பெண் அவளைத் திட்டினாள். "எங்கே பாத்துட்டு வர்றீங்க. ரோட்டைப் பாத்து வர்றதில்லையா" என்றாள். ஹெல்மட்டைக் கழற்றினாள்.

நந்தினிக்கு அவளை எங்கோ பார்த்தது போல் இருந்தது. ஸ்கூட்டரில் வந்த பெண்ணுக்கும் அப்படித்தான் இருந்திருக்க வேண்டும். இருவரும் அடையாளம் கண்டுகொண்டார்கள். ஸ்கூட்டரில் வந்தவள் பெயர் ரேவதி. நந்தினியும் அவளும் ஒரே வகுப்பில் சேர்ந்து படித்தார்கள். பலகாலத்திற்குப் பின் இப்போதுதான் சந்திக்கிறார்கள். ரேவதி ஸ்கூட்டரை ஓரமாக நிறுத்திவிட்டு, நந்தினியிடம் வந்து கைகளைப் பற்றிக்கொண்டாள். இருவருக்கும் நெகிழ்ச்சியான மனநிலை ஏற்பட்டது.

"நல்ல வேளை ஸ்கூட்டரில் மோத இருந்தேன். என் மேலேதான் தப்பு. நான் வேறே ஏதோ நெனைப்பிலே ஸ்கூட்டரை கவனிக்காம வந்துட்டேன்" என்றாள் நந்தினி.

"நானும் சட்டுனு பிரேக் போட்டுட்டேன். இல்லேன்னா நீயும் விழுந்து நானும் விழுந்து என்ன ஆயிருக்கும்னு தெரியாது" என்றாள் ரேவதி.

"கோயிலுக்குப் போயிண்டு இருக்கேன். வா அங்கே உக்காந்து பேசுவோம். அவசரமா எங்கேயும் போயிண்டு இருக்கியா."

"உக்காந்து பேசுவோம். நான் ஸ்கூட்டரைப் பாதுகாப்பான எடத்துலே நிப்பாட்டிட்டு வரேன்."

இருவரும் கோயிலுக்குள் நுழைந்தார்கள். சாமியை வழிபட்டுவிட்டு வசதியான இடத்தில் உட்கார்ந்தார்கள்.

"உன்னைக் கல்யாணத்தன்னிக்குப் பாத்ததுதான்னு நெனைக்கிறேன்" என்றாள் ரேவதி.

ரேவதியைப் பற்றி நந்தினி விசாரித்தாள்.

"ரெண்டு பையன்கள். படிக்கிறாங்க. என் மாமியார் பாத்துக்குறாங்க. நான் கோர்ட்டில் உதவியாளராக வேலை பாக்குறேன். வீட்டுக்காரர் வணிகவரித்துறையிலே உதவியாளரா இருக்கார். என் அப்பா, அம்மா ஊர்லே இருக்காங்க."

"நீ எப்படி இருக்கே."

"கல்யாணமான ஒரு வருஷத்துலே அவர் காணாமல் போயிட்டார். ஒருநாள் வீட்டை விட்டுப் போனவர்தான். திரும்ப வரவேயில்லை. எட்டு வருஷத்துக்கு மேலே ஆச்சு. கண்டுபிடிக்க முடியலை. தகவலும் இல்லை. நானும் அப்பாவும் இருக்கோம். அப்பாவுக்கு பென்ஷன் வருது. நான் இப்போதுதான் கர்நாடக சங்கீதக் கச்சேரி பண்ண ஆரம்பித்திருக்கிறேன்."

"இவ்வளவு அழகான பெண்ணை விட்டுப்போக அவருக்கு எப்படி மனசு வந்துச்சு.

“ஒருவேளை அதுதான் காரணமோ என்னவோ. அல்லது வேறே ஏதாவது மனக்கோளாறான்னு நேக்குத் தெரியலை.”

“எப்.ஐ.ஆர். பதிஞ்சீங்களா.”

“பதிஞ்சோம். எங்கே இருக்குன்னு தேடணும்.”

“அதை முதல்லே தேடு. முக்கியமான ஆவணம். உனக்கு அது உபயோகப்படும்.”

“நீ என்ன சொல்றே.”

“ஆமா. நீ இப்படியே இருக்கப் போறியா. உன் மனசுக்குப் பிடிச்ச யாராவது அமைஞ்சா கல்யாணம் பண்ணிக்க வேண்டியதுதானே.”

“நான் எப்படி கல்யாணம் பண்ண முடியும். நேக்கு ஆத்துக்காரர் இருக்கார். எங்கே இருக்கார்னு தெரியலை.”

“சட்டப்படி ஒரு வழி இருக்கு. காணாமல்போன தேதி யிலிருந்து ஏழு வருஷத்துக்கும் மேலே கண்டுபிடிக்க முடியாம இருந்தா கோர்ட்லே வழக்கு போட்டு அவர் இறந்ததாக ஆர்டர் வாங்கலாம். அப்புறம் நீ வேறே கல்யாணம் சட்டப்படிப் பண்ணிக்கலாம். நான் உனக்குத் துணை நிக்கறேன்.”

“நேக்கு சொந்த விஷயத்தைப் பத்திப் பேசவோ ஆலோசனை கலக்கவோ யாருமில்லை. அக்ரஹாரத்துலே யார் இருக்கா, சொல்லு. இப்ப உன்னைப் பார்த்ததும் நேக்குத் தெம்பா இருக்கு. நேக்கு உதவிசெய்ய பக்க பலமா நிக்க ஒரு ஆள் இருக்குன்னு நெனைக்கறப்ப தைரியம் வருது.”

“தைரியமா இரு. நான் இருக்கேன். எல்லாத்தையும் என்கிட்டே வெளிப்படையாப் பேசு. என் வீட்டுக்கு வா. நாம தனியா பேசுவோம். ரெண்டுபேரும் போன் நம்பரைக் குறிச்சுக்குவோம்.”

இருவரும் போன் எண்களைக் குறித்துக்கொண்டார்கள்.

“ரேவதி, நான் கச்சேரி பண்றேன்னு சொன்னேன்ல. இந்தா பாரு யூடியூபிலே நான் பாடுறதை” என்று அந்தப் பாடல் காட்சிகளை ரேவதியிடம் காட்டினாள்.

ரேவதிக்கு ஆச்சரியமாக இருந்தது. “இவ்வளவு அழகா இருக்கே. இவ்வளவு நல்லா படம் பிடிச்சுருக்காங்க. நல்லா பாடறே. எப்படி, யாரு படம் பிடிச்சா.”

“நான் போன் பண்ணின்டு ஞாயிற்றுக்கிழமை வீட்டுக்கு வர்றேன். தனியா பேசுவோம். எல்லாத்தையும் சொல்றேன்.

கடவுள்தான் உன்னை என்னை சந்திக்க வைச்சிருக்கார். எனக்கு மனசுலே உள்ளதைப் பேச ஆள் கிடைக்காம இருந்தேன், இப்ப நீ கிடைச்சிட்டே. உன்னிடம் எல்லாத்தையும் வெளிப்படையா பேசலாம்."

"சரி, வகுப்புலே என் பக்கத்துலே உட்கார்ந்திருந்தவ நீ. இப்ப ரொம்ப வருஷம் கழிச்சிப் பாக்கறோம். நாம சந்திப்போம்."

கோயிலிலிருந்து வெளியே வந்தார்கள். ஸ்கூட்டரை எடுத்துக்கொண்டு கையாட்டிவிட்டு ரேவதி கிளம்பினாள். நந்தினிக்குப் புதிய சக்தி கிடைத்தது போலிருந்தது. தன் வாழ்க்கையில் குறுகிய காலத்தில் நிறைய மாற்றங்கள் நடப்பதாக அவளுக்குத் தோன்றியது. வீட்டை நோக்கி மகிழ்ச்சியுடன் நடந்தாள்.

"நந்தினி, என்ன சந்தோஷமா வர்றே" என்றார் ஈஸ்வரமூர்த்தி.

"அப்பா, நான் என் கிளாஸ்மேட் ரேவதியைப் பார்த்தேன். நாங்க மீண்டும் நெருக்கமாயிட்டோம். நேக்கு மனம்விட்டுப் பேச ஒரு பிரெண்டு இல்லாம இருந்தது. இப்ப ரேவதி கிடைச்சுட்டா. கோர்ட்லே கிளார்க்கா வேலை பாக்கறாளாம். நேக்கு துணையா இருப்பா. அதான் சந்தோஷமா இருக்கேன்."

"நீ சந்தோஷமா இருந்தா எனக்கும் அது சந்தோஷம்தான்" என்றார் ஈஸ்வரமூர்த்தி.

ஒரு கீர்த்தனையை முணுமுணுத்துக்கொண்டே தன் அறைக்குள் நுழைந்தாள் நந்தினி.

❖

15

குமரன் தர்மலிங்கம் அறைக்குள் நுழைந்தான். பேண்டிலிருந்து அரைக்கால் டவுசருக்கு மாறினான். காலர் இல்லாத டீ–சர்ட் அணிந்துகொண்டான். பெட்டியிலிருந்த ஸ்டேண்ட் வைத்த மோனலிசா ஓவியத்தை எடுத்து மேஜையில் வைத்தான். பலராலும் கூறப்பட்ட அந்த மர்மப் புன்னகையைப் பார்த்தான். பல கோணத்தில் பார்த்தான். பாரிஸ் அவனுக்குப் பல வகைகளில் பிடித்த இடம். இங்குள்ள லோரி அருங்காட்சியகத்தில்தான் அசல் மோனலிசா ஓவியம் உள்ளது.

லோரி அருங்காட்சியகத்தில் குண்டு துளைக்காத கண்ணாடிப் பெட்டிக்குள் வைக்கப்பட்டிருந்த மோனலிசா ஓவியத்தைப் பார்த்தான். 77 சென்டி மீட்டர் நீளமும் 53 சென்டி மீட்டர் அகலமும் உள்ள மரப்பலகையின் மீது வரையப்பட்ட ஆயில் பெயிண்டிங் வகையைச் சேர்ந்த ஓவியம் என்றும் 1503இல் வரைய ஆரம்பித்தார் என்றும் அவர் 1519இல் இறந்தபோது அவர் ஸ்டூடியோவில் அந்த ஓவியம் இருந்தது என்றும் வழிகாட்டி கூறினார்.

“ஏன் இவ்வளவு காலம்” என்று அவன் கேட்டான்.

“தெரியவில்லை. மிகப்பெரிய ‘இறுதி இரவு உணவு’ ஓவியத்தை மூன்று ஆண்டுகளுக்குள் வரைந்து முடித்த லியோனர்டா டாவின்ஸி, இந்த மோனலிசா ஓவியம் வரைய ஏன் இவ்வளவு காலம் எடுத்துக்கொண்டார் என்பது புரியாத புதிர். அந்த மர்மப் புன்னகை போல” என்றார் வழிகாட்டி.

அங்கு அவன் ஒரு இந்திய அழகியைப் பார்த்தான். அவனைப் பார்த்து அவள், “நீங்கள் இந்தியரா” என்று கேட்டாள். அவன், “இல்லை, இலங்கையைச் சேர்ந்தவன் நான்” என்றான்.

"தமிழனா" என்றாள்.

"ஆமாம்" என்றான்.

"நானும் தமிழ்தான். இந்தியாவில் பாண்டிச்சேரியைப் பூர்வீகமாகக் கொண்டவள். பிரெஞ்சுப் பிரஜை."

"பெயரென்ன."

"ஜெஸிக்கா."

"என் பெயர் குமரன் தர்மலிங்கம்."

"இலங்கையில் எந்தப் பகுதி."

"பொட்டுவில். கிழக்கு மாகாணத்தில் உள்ளது."

"அது யுத்தத்தில் பாதிக்கப்பட்ட பகுதிதானே."

"தமிழர் வசிக்கும் எல்லாப் பகுதிகளும் பாதிக்கப்பட்டன, வெவ்வேறு விதத்தில். சிங்களப் படைகளால் பாதிப்பு, குழுச் சண்டைகளால் பாதிப்பு. ஆயுதம் வைத்திருப்பவர்கள் அளப்பரிய சுதந்திரத்தைக் கொண்டிருந்தார்கள். யாரையும் கொல்லலாம்."

"பிரான்ஸின் பிரஜையாகிவிட்டீர்களா."

"இல்லை. நான் டூரிஸ்டாக வந்தவன். நாம் காபி குடிப்போமா."

"சரி."

இருவரும் அவளுடைய காரில் காபி ஷாப்பிற்குச் சென்றார்கள். அவளுடைய குடும்பத்தைப் பற்றி அவன் விசாரித்தான். ஆண்டர்சன் என்ற பிரெஞ்சுக்காரரைக் காதலித்துத் திருமணம் செய்ததாகவும் பிறகு விவாகரத்தாகிவிட்டது என்றும் கூறினாள்.

"என் மனைவி பெயர் நளினகாந்தி செல்வரத்தினம், விவாகரத்தாகிவிட்டது" என்றான். அவள் சிரித்தாள்.

காபி நன்றாக இருந்தது. அதை அவள் சொல்ல, அவன் ஆமோதித்தான்.

"நீங்கள் தனியாக இலங்கையிலிருந்து வந்திருக்கிறீர்கள் போலிருக்கிறது."

"ஆம், தனியாகத்தான் வந்திருக்கிறேன். இங்கு சில வேலைகள் இருக்கின்றன."

"தனியாக இருப்பது போரிங்கான விஷயம்தான். நீங்கள் தங்கியிருக்கும் ஹோட்டலில் உங்களை இறக்கிவிட்டு, பிறகு நான் தங்கியிருக்கும் அறைக்குச் செல்கிறேன்" என்றாள்.

“அது என் அதிர்ஷ்டம்” என்றான்.

காரில் ஏறி அவன் தங்கியிருந்த ஹோட்டலை அடைந்தார்கள். காரிலிருந்து இருவரும் இறங்கினார்கள். விடைபெற்றுக்கொண்டு, அவள் செல்வாள் என்று அவன் நினைத்தான். ஆனால் அவன் அறைவரைக்கும் வந்துசெல்வதாக அவள் கூறினாள்.

இருவரும் அறைக்குள் நுழைந்தார்கள். ஜெஸிக்காவிற்கு அவனைப் பார்த்த முதல் பார்வையிலேயே பிடித்துப் போய்விட்டது. நாளை ஈபில் டவரையும் நாட்ரேடேம் கதீட்ரலையும் பார்ப்போம் என்றும் பாருக்குச் செல்வோம் என்றும் அவள் சொன்னாள். அவள் பிரிவதற்கு முன் இருவரும் முத்தமிட்டுக்கொண்டார்கள்.

அவள் சென்றபின் அவன் யோசித்தான். தன்னுடைய பெயர் குமரன் என்றும் ஈழத்தமிழர் என்றும் கூறியதை நினைவுபடுத்திக்கொண்டான். ‘தமிழ்நாடு என்றே சொல்லி யிருக்கலாம். ஈழத்தமிழ் உச்சரிப்பில் தான் பேசாதது குறித்து அவள் சந்தேகப்பட்டிருப்பாளோ அல்லது ஒரு வேளை சின்ன வயதிலேயே இலங்கையைவிட்டு வெளியேறியவன் என்று நினைத்திருப்பாளோ. என்ன நெனைக்கிறாளோ அதற்கேற்றாற்போல் கதை கட்டிவிட வேண்டும். ஈழப்போரில் பாதிக்கப்பட்ட சிலரின் கதைகள் தெரிந்திருக்க வேண்டும். அதை வைத்துச் சமாளித்துவிடலாம்’ என்றெல்லாம் யோசித்துக் கொண்டிருந்தான்.

உடனே எழுந்து வெளியேறி, ஹோட்டலில் சொல்லி ஒரு வாடகைக் காரை அமர்த்தினான். புத்தகக் கடைகள் இருக்கும் இடத்திற்குப் போகச் சொன்னான்.

அடுத்த நாள் ஜெஸிக்கா அறைக்கு வந்துவிட்டாள். இருவரும் முத்தமிட்டுக்கொண்டார்கள். ஈபிள் டவரையும் நாட்ரேடேம் கதீட்ரலையும் பார்க்கக் கிளம்பினார்கள். போகும்போது, “உங்களிடம் ஏன் ஈழத்தமிழ் உச்சரிப்பு இல்லை” என்று கேட்டாள்.

“யுத்தத்திற்கு முன்பாக என்னை என் சகோதரர்களும் தந்தையும் ஆஸ்திரேலியா அழைத்துவந்துவிட்டார்கள். அம்மா ஈழத்தில் இருந்தாள். வீடு, பண்ணைகளைப் பார்த்துக்கொள்ள. பின்னர் அழைத்துக்கொள்ளலாம் என்று இருந்துவிட்டார்கள். ஆனால் தாக்குதலில் அவள் இறந்துவிட்டாள். என் தந்தை தமிழாசிரியர். எனக்குத் தமிழ் எழுதச் சொல்லிக்கொடுக்க எவ்வளவோ முயன்றும் என்னால் கற்றுக்கொள்ள முடியவில்லை.

பேசும் அளவிற்கு எழுதுவதும் படிப்பதும் சுலபமாக இல்லை. ஒரே உச்சரிப்பிற்குப் பல எழுத்துக்கள் இருப்பதாகத் தோன்றுகிறது. ஆஸ்திரேலியாவில் குடியிருக்கும் ஆஸ்திரேலியாவில் இருக்கும் ஈழத்தமிழர்கள் அல்லாத தமிழர்களுடன்தான் எனக்கு நிறைய பழக்கம். அவர்கள் பேசும் தமிழை நான் பேசுகிறேன். அது ஈழத்தமிழ் போல இருக்காது. பாண்டிச்சேரியைப் பூர்வீகமாகக் கொண்ட நீங்கள் பேசுவதுபோல அல்லவா நான் பேசும் தமிழ் இருக்கிறது" என்று சொல்லி அவள் கன்னத்தைத் தட்டினான்.

ஈபில் டவரைப் பார்த்தான். அவனுக்கு அது பிரம்மாண்டமாகத் தோன்றவில்லை. தமிழ்நாட்டுப் பழைய கோயில்களின் பிரம்மாண்டத்திற்கு முன் டவர் பெரியதாகத் தோன்றவில்லை. அவளிடமும் கூறினான். "நமது கோயில்களின் சிற்பங்களுக்கும் வேலைப்பாடுகளுக்கும் கட்டுமானங்களுக்கும் முன்னால் எனக்கு இந்த டவர் பெரிதாகத் தோன்றவில்லை."

"நமக்கு அப்படித்தான் தோன்றும். ஆனால் ஐரோப்பியர்களுக்கு, குறிப்பாக பிரெஞ்சு மக்களுக்கு இது ஒரு முக்கியமான பழைமையான சின்னம்."

"இங்கிருந்து நாட்ரேடேம் எவ்வளவு தூரம்."

"பக்கத்தில்தான் இருக்கிறது. பத்து நிமிடங்களில் சென்று விடலாம். நாட்ரேடேம் டி பாரிஸ் என்றால் என்ன பொருள் தெரியுமா. OUR LADY OF PARIS என்று பொருள்."

தன்னிடம் பேசும்போது அவள் முகம் சிவந்ததை அவன் பார்த்தான். உதட்டை நிமிண்டினான். அவள் அவன் கையைத் தள்ளிவிட்டு காரை ஓட்டினாள். பார்க்க வேண்டிய இடம் வந்தது.

"நல்ல அமைப்பான இடம். மரங்கள், புல்வெளிகள் நிறைந்த இடம். தமிழ்நாட்டில் இருக்கும் கோயில்களையும் பழங்காலச் சின்னங்களையும் இவ்வளவு தூய்மையாகப் பராமரித்தால் என்ன. அரசாங்கத்திற்கோ மக்களுக்கோ எந்தவித கவனமும் அக்கறையும் கிடையாது. மந்தைக் குணமுடையவர்களாக இருக்கிறார்கள். கோயிலுக்குள் புளியோதரை சாப்பிட முடியாமல் போய்விட்டால் என்ன செய்வது என்று நினைப்பார்கள்" என்றான் குமரன்.

அந்த இடத்தைச் சுற்றிப் பார்த்தார்கள். கட்டடத்திற்குள் பார்த்தார்கள். தூய்மையாக இருந்தது. ஐரோப்பியர்களிடம் உள்ள தூய்மை, நம்மில் வசதியானவர்களிடம்கூட இல்லையே என்று நினைத்துக்கொண்டான்.

ஒரு பாடகி ஒரு மாயப்பிறவி

பார்த்து முடித்ததும் பாரை நோக்கிக் காரை செலுத்தினாள். இருவரும் காரில் உட்கார்ந்து பேசிக்கொண்டிருந்தார்கள். வாழ்வை இப்படியே மகிழ்ச்சியாக அமைத்துக்கொள்ளலாமே என்று ஜெஸிக்காவிற்குத் தோன்றியது. போதை ஏற ஏற ஜெஸிக்காவிற்கு அவன்மேல்கொண்ட காமம் கூடிக்கொண்டே யிருந்தது. "அறைக்குச் செல்லலாம்" என்றாள். அவனுக்குச் சற்றுநேரம் இருக்கலாம் என்று தோன்றியது. அவளுடைய போதை ஏறிய கண்களைப் பார்த்தான்.

இருவரும் அறையை அடைந்தார்கள். ஆசைதீரத் தழுவிக் கொண்டார்கள். படுக்கையைப் பகிர்ந்துகொண்டார்கள். காலையில் இருவருமே மகிழ்ச்சியாக இருந்தார்கள். "நான் உன்னிடம் ஒரு கதை சொல்லப்போகிறேன்" என்றான் குமரன். அவள், "சரி" என்றாள்.

குருட்சேத்திரத்திற்கு மேற்கிலும் சரஸ்வதி நதிக்குத் தெற்காகவும அமைந்த சமந்தபஞ்சகம் என்னும் குளக்கரையில் தொடைகள் முறிந்து வீழ்ந்து கிடந்த துரியோதனன் முன்பாக அஸ்வத்தாமனும் கிருபரும் நின்றிருந்தார்கள். பிறக்கும்போது குதிரை போல கனைத்ததால் அஸ்வத்தாமன் என்று பெயர் பெற்ற அஸ்வத்தாமன் கிருபருடன் கலங்கி நின்றான். பாண்டவர்களை அழிப்பதாக அஸ்வத்தாமன் கூறியதைத் தொடர்ந்து, இல்லாத கௌரவப் படைக்கு அஸ்வத்தாமனைத் தலைவனாக, அவன் தலையில் நீர் ஊற்றித் துரியோதனன் நியமித்தான். பரத்வாஜ முனிவரின் பேரனும் துரோணர், கிருபியின் மகனுமான அஸ்வத்தாமன் தன் தாயின் கூடப்பிறந்த சகோதரனான கிருபருடன் நடந்தான். யாதவ குல வீரனான கிருதவர்மனும் அவர்களுடன் சேர்ந்துகொண்ட நேரம் இருள் கவியத் தொடங்கியது.

ஆலமரத்தடியில் அமர்ந்திருந்த கிருபரும் கிருதவர்மனும் தூங்கிவிட அஸ்வத்தாமன் தூங்காமல் அந்த இருளில் அலைந்துகொண்டிருந்தான். ஆலமரத்தில் காக்கைகள் கூட்டமாகத் தங்கித் தூங்கிக்கொண்டிருந்ததை சத்தங்களின் மூலம் அஸ்வத்தாமன் அறிந்தான். அவன் இதற்கு முன் பார்த்திராத பெரும் உருவமுடைய கோட்டான் எங்கிருந்தோ வந்து, இருளில் பார்க்கக்கூடிய தன் கண்களால் தூங்கிக்கொண்டிருந்த காக்கை களைக் கண்டு குத்திக் கிழித்துக்கொன்றது. இருளில் கண் தெரியாத காக்கைகள் அலறி ரத்தத்துடன் தரையில் வீழ்ந்ததை அஸ்வத்தாமன் கண்டான். அவனிடம் கனைப்பு வெளிப்பட்டது. குதிரையின் உடல் தன்னுள் நுழைந்து வலிமை கூட்டுவதாக உணர்ந்தான்.

கிருபரை எழுப்பி இதுபோல் பாண்டவ வம்சத்தை அழிக்க எண்ணம் கொண்டிருப்பதாக அந்தக் கோட்டானையும் ரத்தத்தில் துடித்துக்கொண்டிருந்த காக்கைகளையும் காட்டினான். அந்தப் பெரும் கோட்டானால் உபதேசம் பெற்ற அஸ்வத்தாமனுக்கு யுத்தத்தில் தோல்வியடைந்து பலமற்று இருக்கும் தங்கள் தரப்பு இரவில் பாண்டவ சேனையையும் பாண்டவ வம்சத்தையும் தாக்கி அழிப்பதில் அநீதி இல்லை என்று தோன்றியது. பாண்டவர்கள் தரப்பில் யுத்த களத்தில் செய்த தந்திரங்களையும் அநீதிகளையும் நினைத்த அவனுக்குக் கோட்டான் உபதேசம் வழங்கியதாகத் தோன்றியது.

தன் எண்ணத்தைக் கிருபரிடம் கூற, அவர் அதை மறுக்கவே முனநெற்றியில் சோதிமணியுடன் பிறந்திருந்த அஸ்வத்தாமன் தனியே அந்தக் காரியத்தைச் செய்யத் துணிந்தான். அவனுக்கு மட்டும் கனைப்புச் சத்தம் கேட்டது.

குதிரைகள் பூட்டிய தேரை நோக்கி நடந்தான். கிருபரிடமிருந்த நீதிமானின் குணங்கள் அஸ்வத்தாமன் இவ்வாறு எண்ணம் கொண்டிருப்பது தவறு என்று கூறின. ஆனால், அஸ்வத்தாமன் அதை ஏற்கவில்லை. அஸ்வத்தாமன் இறந்துவிட்டான் என்று பொய் சொல்லி துரோணர் ஆயுதங்களைத் துறந்து யோகத்தில் அமர்ந்திருந்தபோது அவருடைய தலையைக் கொய்த திருஷ்டத்யுமனனை நினைக்கையில் அவனுக்கு ஆத்திரம் பொங்கியது. அந்தப் பாண்டவத் தளபதியையும் பாண்டவ வம்சத்தையும் பழிவாங்க இதுவே சந்தர்ப்பம் என்றும் அந்தப் பெரும் கோட்டான் காக்கைகளை இருளில் குத்திக் கிழித்துக் கொல்லும் காட்சியைக் காணச் சந்தர்ப்பம் வாய்த்தது கடவுளின் கிருபை என்றும் நினைத்தான். 'இல்லாத படைக்குத் தளபதியான தான் எவ்வாறு அந்தப் பாண்டவர்களையும் பாண்டவ சேனையையும் வெல்ல இயலும். பாண்டவர்கள் கைக்கொண்ட எத்தனையோ தந்திரங்களுக்கும் அதர்மங்களுக்கும் இணையானதாக இந்த அதர்மம் அமையட்டும். நான் பழிவாங்குவேன். இது புது உத்தி. கோட்டான் எனக்குக் கற்றுக்கொடுத்த உத்தி.' என்று அவன் நினைக்கையில் குதிரையின் கனைப்பும் கோட்டானின் குரலும் அவனை ஆமோதித்தன.

கிருபரும் கிருதவர்மனும் வேறு வழியின்றி அஸ்வத்தாமனுடன் சேர்ந்துகொண்டார்கள். முதலில் திருஷ்டத்யுமனனின் பாசறைக்குள் நுழைந்த அஸ்வத்தாமன் கவசமில்லாமல் தூங்கிக்கொண்டிருந்த அவனைக் காலால் எற்றினான். குதிரையின் பலத்தோடு அவன்மீது விழுந்து கழுத்தை நெரிக்க, திருஷ்டத்யுமனன் வாளால் தன்னைக் கொல்லுமாறு முனகினான்.

கழுத்து நெரிபட்டு அவன் மாண்டான். மூவரும் திரௌபதி புத்திரர்களையும் பாஞ்சாலர்களையும் சிகண்டி உள்ளிட்ட பிற முக்கியப் போர்வீரர்களையும் கொன்று பாசறைக்குத் தீ வைத்தார்கள். இருளில் நடந்த சம்பவங்களை ஓரிடத்திலிருந்து அந்தக் கோட்டான் பார்ப்பதைக் கவனித்தான். வந்த வேலையை அஸ்வத்தாமன் குழுவினர் வேகமாக முடித்துவிட்டுக் கிளம்பினார்கள். அவர்கள் மூவரின் வாள்களிலும் ரத்தம் சொட்டியது. கோட்டான் உற்சாகமாகக் கத்திக்கொண்டே பறந்து சென்றது. குதிரைகள் கனைத்துக்கொண்டே தேரை வேகமாக இழுத்துச் சென்றன.

துரியோதனன் உயிரோடு போராடிக்கொண்டிருந்தான். பெரும் சேனையையும் பெரும் போர்வீரர்களையும் கொண்ட நாட்டின் அதிபதியாக இருந்து தற்போது கால்முறிந்து கிடக்கும் துரியோதனனிடம் மூவரும் வந்தார்கள். பாண்டவ சேனையையும் பாண்டவ புத்திரர்களையும் பாஞ்சாலர்களையும் அழித்துவிட்டதாக துரியோதனனிடம் அஸ்வத்தாமன் கூற, அதைக் கேட்டு, “உனக்கு மங்களம் உண்டாகட்டும்” என்று கூறி மகிழ்ச்சியுடன் உயிர் நீத்தான்.

திருஷ்டத்யுமனனின் தேர்ப்பாகன் நடந்ததைப் பாண்டவர்களிடம் கூற, அவர்கள் அஸ்வத்தாமனால் ஏற்பட்ட அழிவைக் கண்டு பழிவாங்குதல் நிகழ்த்தப்பட்டது என்று கலவர மனநிலையுடன் நினைத்துக்கொண்டார்கள். பாஞ்சால குமாரியும் பாண்டவர்களின் மனைவியுமான திரௌபதி புத்திரர்களை இழந்த சோகத்தில் இருந்தாள். இந்த அழிவுக்குக் காரணமான அஸ்வத்தாமனை அழித்துத் தண்டிக்குமாறு கூறினாள்.

பாண்டவர்களும் கிருஷ்ணனும் அஸ்வத்தாமனைத் தேடிச் சென்றபோது வியாசரின் குடிலில் முனிவர்களுடன் அவன் இருப்பதைக் கண்டார்கள். அஸ்வத்தாமன் பிரம்மாஸ்திரத்தை ஏவ, பதிலுக்கு அர்ஜுனனும் அதற்கு எதிரான அஸ்திரத்தை ஏவ வியாசர் தலையிட்டு இருவரையும் திரும்பப் பெற்றுக் கொள்ளுமாறு கூற, அர்ஜுனன் திரும்பப் பெற, அஸ்வத்தாமனுக்குத் திரும்பப் பெறத் தெரியாததால் அஸ்திரம் அபிமன்யுவின் மனைவியான உத்தரையின் கர்ப்பத்தை நோக்கிச் சென்றதை கிருஷ்ணன் தடுத்து செயலிழக்கச் செய்ய, அந்தக் கர்ப்பத்திலிருந்து பரீட்சித்துப் பிறந்தது பின்கதை.

தன் நெற்றியிலிருந்த சோதிமணியை எடுத்துத் தோற்றதற்கு அடையாளமாக பீமனிடம் தந்தான் அஸ்வத்தாமன். அவனைக் கொல்ல முயன்ற பாண்டவரைத் தடுத்து அஸ்வத்தாமன் கொடிய நோயுடன் இறப்பில்லாமல் இருப்பான் என்று கிருஷ்ணன்

சபிக்கிறான். பாண்டவர்கள் சோதிமணியுடன் திரும்பி, 'அஸ்வத்தாமனை வென்றதற்கு அடையாளம் இது' என்று கூறி திரௌபதியிடம் வழங்க, அவள் யுதிஷ்டிரனின் மணிமுடியில் இருக்கட்டும் என்று திருப்பி வழங்க, சோதிமணி யுதிஷ்டிரனின் மணிமுடியை அடைந்தது. தனக்குரிய அஸ்வத்தாமனை விட்டுப் பிரிந்து யுதிஷ்டிரனின் மணிமுடியில் வீற்றிருந்த சோதிமணி சோபையில்லாமல் ஜொலித்தது.

அஸ்வத்தாமன் வனம் புகுந்தான். சத்தம் கேட்டுச் சுற்று முற்றும் பார்த்தான். கோட்டான் ஒரு மரக்கிளையில் உட்கார்ந்திருந்தது. வனம் புகுந்த அஸ்வத்தாமனைப் பின்னர் யாரும் பார்க்கவில்லை. அவன் காணாமல் ஆகிவிட்டான்.

ஜெஸிக்கா இடையிடையே பல கேள்விகள் கேட்டு தெளிவடைந்துகொண்டே வந்தாள். "அஸ்வத்தாமன் என்ன ஆனான்" என்றாள்.

"தெரியவில்லை" என்றான் குமரன் தர்மலிங்கம்.

✧

16

நந்தினியிடம் சொல்லிக்கொண்டு ஈஸ்வர மூர்த்தி வெளியே சென்றார். அவர் சென்ற பின் அவள் எழுந்து சென்று கதவைச் சாத்தித் தாழ் போட்டாள். பிறகு அறைக்குள் நுழைந்து பழைய பெட்டிகள் பீரோக்களில் எப்.ஐ.ஆரைத் தேடினாள். தேடத்தேட அவளுக்கு வியர்த்து விட்டது. கிடைக்காது போலிருக்கிறது என்ற எண்ணம் வந்ததும் குழப்பமும் படபடப்பும் ஏற்பட்டது. திரும்பத்திரும்ப நினைவுக்குக் கொண்டு வந்தாள். போலீஸ் ஸ்டேஷன் சென்றதும் அவர்கள் எழுதியதில் கையெழுத்துப் போட்டதும் அதன் ஒரு பிரதியை அவளிடம் கொடுத்ததும் அப்பா அருகிலிருந்ததும் நினைவுக்கு வந்தன. அப்பா அதைப் பார்த்துவிட்டு, 'நீயே வைத்துக்கொள்' என்று கொடுத்ததும் நினைவுக்கு வந்தது. கணவர் சர்வேஸ்வரனுக்குப் போதைப் பழக்கம் உண்டா, வேறு பெண் தொடர்பு உண்டா என்று அங்கிருந்த சப்-இன்ஸ்பெக்டர் கேட்டதும் நினைவுக்கு வந்தது. தம்பதிகளுள் சண்டை ஏற்பட்டதா, அவருக்குக் குற்றச் செயல்களில் தொடர்பு உண்டா என்றும் அவர் கேள்வி கேட்டார். பின்னர், 'பொறுத்திருந்து பார்ப்போம். போனவர் அவராகவே திரும்ப வரலாம்' என்றும் அவர் கூறினார். எல்லாம் நினைவுக்கு வந்தன. அந்தப் பிரதியை எங்கே வைத்தோம் என்று பலமுறை யோசித்துப் பார்த்தும் ஒன்றும் தோன்றவில்லை. வீட்டுக்குள் நுழைந்தவரை நினைவில் உள்ளது. அதற்குப் பிறகு எதுவுமே நினைவில் இல்லை. கணவரின் அறைக்குள் நுழைந்தாள். இங்கு வைத்திருக்க வாய்ப்பே இல்லை. ஒரு புத்தகத்தை எடுத்துப் பார்த்தாள். எழுதியவர் FRIEDRICH NIETZSCHE என்று இருந்தது. எடுத்த இடத்தில் வைத்துவிட்டாள்.

அவள் நொந்துபோய்த் தலையணைகளைச் சுவரில் வைத்துப் படுக்கையில் சாய்ந்து உட்கார்ந்தாள். முதுகுக்குப் பின்புறம் தலையணைகள் இருந்தன. வசதியாக உட்கார்ந்துகொண்டாள். யோசித்துப் பார்த்தாள். வாழ்வில் நடந்த கெட்ட விஷயங்கள் எல்லாம் அவளுக்கு வரிசையாக நினைவுக்கு வந்தன. கண்களில் நீர் அரும்பியது. மொபைல் போனை எடுத்துத் தான் பாடிய காட்சிகளைப் பார்த்தாள். தூக்கம் அவளை அசத்தியது. போனைப் படுக்கையில் வைத்துவிட்டுச் சுருண்டு படுத்தாள். வாழ்க்கை கெட்ட பாதையில் போய்க்கொண்டிருக்கிறதா, நல்ல பாதையில் போய்க்கொண்டிருக்கிறதா என்ற குழப்பம் ஏற்பட அப்படியே தூங்கிவிட்டாள்.

வாசற்கதவைத் தட்டும் சத்தம் கேட்கவே திடுக்கிட்டு எழுந்து வந்து கதவைத் திறந்தாள். "இந்நேரத்திலே நீ தூங்கமாட்டியே" என்றார் ஈஸ்வரமூர்த்தி.

"என்னன்னு தெரியலை. போனைப் பாத்துண்டிருந்தேன். என்னையறியாம தூங்கிட்டேன்" என்றாள் நந்தினி.

ஞாயிற்றுக்கிழமை கண்டிப்பாக ரேவதியைப் பார்க்க வேண்டும். அவளிடம் பல விஷயங்கள் பற்றிக் கலந்து ஆலோசிக்க வேண்டும் என்று நினைத்துக்கொண்டாள்.

ஞாயிற்றுக்கிழமை வந்தது. ஏற்கனவே ரேவதியிடம் போன் பண்ணி வரும் தகவலைக் கூறியிருந்தாள். ஒரு ஆட்டோ பிடித்து அவள் இருக்கும் பகுதிக்குப் போகக் கூறினாள். போகும் வழியில் ஏதாவது வாங்கிச் செல்லவேண்டும் என்ற நினைப்பு வந்தது. ஒரு ஸ்வீட் கடையில் நிறுத்தி ஸ்வீட்டும் பின் கொஞ்சம் பழங்களும் வாங்கிக்கொண்டாள். முகவரியை ஒரு பேப்பரில் எழுதி வைத்திருந்தாள். வாசலில் பப்பாளி மரம் இருக்கும் என்று சொல்லியிருந்தாள். வீட்டைக் கண்டுபிடித்துவிட்டாள். வீட்டு வாசலில் ஆட்டோவை நிறுத்தச் சொன்னாள்.

சத்தம் கேட்டு வெளியே வந்த ரேவதி ஆர்வத்துடன் நந்தினியின் கையைப் பிடித்துக்கொண்டாள். உள்ளே சென்றார்கள். ரேவதியின் மாமியாரும் குழந்தைகளும் இருந்தார்கள். கணவர் வெளியே சென்றிருப்பதாக ரேவதி கூறினாள். மாமியாரிடம் நந்தினியை அறிமுகம்செய்துவைத்தாள். "நான் உன்னைப் பாத்திருக்கேன். போன்லே பாட்டு பாடிக்கிட்டு வர்றதை ரேவதி காமிச்சா. நல்ல அழகா எடுத்துருக்காங்க. கேமிரா முன்னாடி நீ அழகா இருக்கே" என்றார் மாமியார்.

குழந்தைகள் கையில் வாங்கிச் சென்ற ஸ்வீட் பெட்டியையும் பழங்களையும் கொடுத்தாள். பெயர்களையும் படிக்கும் பள்ளி

பற்றியும் விசாரித்தாள். சோபாவில் ரேவதியும் நந்தினியும் உட்கார்ந்தார்கள்.

“அப்பா நல்லா இருக்காரா. காபி சாப்பிடறியா” என்று கேட்டாள் ரேவதி.

நந்தினி சரியென்று சொன்னதும் காபி தயார் பண்ணிக் கொண்டுவந்தாள். ஒரு தட்டில் பிஸ்கட்களும் கொண்டுவந்து வைத்தாள். நந்தினி இரண்டு பிஸ்கட்கள் எடுத்துச் சாப்பிட்டாள். காபி குடித்தாள்.

“திரும்பப் போறதுக்கு இங்கே ஆட்டோ கிடைக்குமா” என்றாள் நந்தினி.

“தெரிஞ்ச ஆட்டோ இருக்கு. போன் பண்ணினா வந்துருவாங்க. பத்திரமா கொண்டுபோய் சேத்துருவாங்க. மேலே ரூம் இருக்கு. அங்கே போய் பேசலாம்” என்றாள் ரேவதி.

இருவரும் எழுந்து மாடிப்படியில் ஏறி அறையை அடைந்தார்கள். அறை வசதியாக இருந்தது. நாற்காலிகள், டிவி, படுக்கை இருந்தன. வெளியிலிருந்து காற்று நன்றாக வந்தது. நல்ல சூழ்நிலையாக இருந்தது.

“உன் கணவர் எப்பப் போனார். ஏதாவது தகவல் உண்டா. என்ன நடந்தது. சொல்லு இப்ப. உன் வாழ்க்கையிலே என்ன நடக்குதோ அதையும் உன் மனசுலே என்ன நெனைச்சுருக்கேயோ அதையும் சொல்லு. நான் இருக்கேன். எதுக்கும் யோசிக்க வேண்டாம்.”

“உன்னிடம் மட்டும்தான் சொல்றேன். என் ஆத்துக்காரர் ஏதோ யோசிச்சுண்டே இருப்பார். என்ன யோசிக்கிறார்னு எனக்குத் தெரியாது. என்னிடம் அவர் அதுபற்றி பேசியதில்லை. அவர் வீட்டை விட்டு ஓடிப்போறதுக்கு முந்தின நாள் ராத்திரி ‘நான் யார்’ என்று மூன்று தடவை தனக்குத்தானே கேட்டுண்டார். என்ன ஆச்சு உங்களுக்குன்னு கேட்டேன். ஒண்ணுமில்லேன்னு சிரிச்சார். நான் யார்னு உனக்குத் தெரியுமா என்றார். என்னோட ஆத்துக்காரர்னு சொன்னேன். அது மட்டும்தான் உனக்குத் தெரியும்னு சொன்னார். அப்புறம்... என் டிரெஸ்ஸை எடுத்துட்டு நிர்வாணமா இருக்கச் சொன்னார். நகைகளையும் எடுக்கச் சொல்லிட்டார். திருமாங்கல்யத்தையும் எடுக்கச் சொன்னார். நான் முடியாதுன்னு சொன்னேன். அவர் வற்புறுத்தி அதையும் காது தோடு நெற்றிப்பொட்டு எல்லாத்தையும் எடுக்கச் சொல்லிட்டார். என் உடம்புலே ஒண்ணுமே இல்லை. நிக்கச் சொன்னார். நின்னேன். என் கால்லை நெடுஞ்சாண்கிடையா விழுந்து கும்பிட்டார். நான்

பதறிப் போனேன். 'நீ தேவி ரூபம். நான் ஒண்ணுமேயில்லை'ன்னு மயங்கிட்டார். சற்று நேரத்துலே எழுந்து என்கூட முரட்டுத் தனமா செக்ஸ் வைச்சுண்டார். அப்படியே தூங்கிட்டார். அடுத்த நாள் காலையிலேந்து அவரைக் காணோம். அவர் வருவார்னு காத்திருந்தோம். பல இடங்கள்லே தேடினோம். கிடைக்கலை. தகவலும் இல்லை. அப்புறமா போலீஸ் ஸ்டேஷன் போயி தகவல் சொன்னோம். எத்தனை நாளாச்சுன்னு கேட்டாங்க. சொன்னோம். எப்.ஐ.ஆர். போட்டாங்க. என்னிடம் காப்பி கொடுத்தாங்க."

"விசித்திரமான ஆளா இருப்பார் போல இருக்கு. சிலரை அமானுஷ்ய சக்தி இயக்கும். அமானுஷ்ய சக்தி என்பது பிரமைகளின் ஆட்டம். அந்த மாதிரி ஆளா இருப்பாரு. அவுங்க குடும்பத்துலே இந்த மாதிரி யாராவது ஓடிப்போயிருந் தாங்கன்னா அந்த விஷயம் அடுத்தடுத்து வர்ற தலைமுறைகளின் ஆழ் மனசுலே போய் உட்காந்துக்கும். அவுங்களை இம்சை பண்ணிக்கிட்டே இருக்கும். அடுத்தடுத்து வர்ற தலைமுறையிலே யாராவது ஒருத்தர் அந்தப் பிசாசுக்கு பலியாயிருவாங்க" என்றாள் ரேவதி.

"எப்படி இப்படி எல்லாம் பேசற. அறிவாளியா இருக்கே. எங்க அம்மா சொல்லுவா, அவர் குடும்பத்துலே பல தலைமுறை களுக்கு முன்னாடி யாராவது ஓடிப்போயிருப்பாங்க. அது தெரியாம என் பெண்ணைக் கொடுத்துட்டேன்னு புலம்பிண்டே இருப்பா."

"நீ கேட்டியே எப்படி இப்படி பேசுறேன்னு. இந்த அலமாரிகளைப் பாரு. எவ்வளவு புத்தகங்கள் இருக்கு. சாதாராண வணிகப் புத்தகங்கள் கிடையாது. நவீன இலக்கியம், கிளாஸிக் இலக்கியம் எல்லாம் இருக்குது. அப்படி எழுத்தாளர்கள் தமிழ்லேயும் இருக்காங்க. ரஷ்யாவுலேயும் இருக்காங்க. லத்தீன் அமெரிக்காவுலேயும் இருக்காங்க. பிரான்சுலேயும் இருக்காங்க. உலகம் பூராவும் இருக்காங்க. அந்தப் பெயர்களையெல்லாம் நான் சொன்னா உனக்குப் புதுசா இருக்கும். என் கணவரும் இதே ரசனை உள்ளவர்தான். காதலிச்சு கல்யாணம் பண்ணிக் கிட்டோம். அதனாலே எனக்கு மனசை ஆராயத் தெரியும். உன் கதை ஒரு நவீன இலக்கியம் மாதிரி இருக்கு. இது டால்ஸ்டாய் எழுதின புத்தகம். இது காம்யூ எழுதின புத்தகம். சரி, நீ உன் கதையைச் சொல்லு."

"நான் பாட்டு கத்துண்டேன். வெறியோட கத்துண்டேன். பிறகு நானே பாடிக்குவேன். கோயில் விழாவுலே பாட சான்ஸ் கிடைக்கும். ஆனா ஒரே இரைச்சலா இருக்கும். லயிச்சுப் பாட

முடியாது. வீட்லே ஒருநாள் கல்யாணவசந்தம் ராகப் பாட்டு பாடிண்டு இருந்தேன். அப்ப ஒருத்தர் இந்தப் பாட்டைக் கேட்டு என்னைப் பாக்கணும்னு வந்தார். என்னையும் பார்த்தார். திகைச்சுப் போய்ப் பார்த்தார். 'மைலாப்பூர் கல்யாணி சபாவிலே கமிட்டி மெம்பரா இருக்கேன். உங்க கச்சேரிக்கு ஏற்பாடு பண்றேன்னு சொன்னார். அப்புறம் இந்த ஆல்பத்தையும் அவரே தயார் பண்ணினார். ஒரு ரிசார்ட்டுக்குப் போய்ப் படப்பிடிப்பு செய்தோம். அதான் இப்ப யூடியூபிலே ஓடிண்டு இருக்கு..."

"அவர் யாரு. என்ன செய்றாரு. ரிசார்ட்லே தனியா இருந்தப்ப தப்பா நடந்துக்கிட்டாரா."

"அவர் பேர் ஆனந்தன். ரியல் எஸ்டேட் தொழில் பண்றார். பணக்காரர். பெரிய கார் வைச்சிருக்கார். கர்நாடக சங்கீத வித்துவான் ராம் பிரசாத்தோட பிரெண்டு. அவர் என்னிடம் ரிசார்ட்லே தப்பா ஏதும் நடக்கலை. சங்கீத ஆர்வலர்."

"அவருக்கு கல்யாணமாயிருச்சா. குழந்தைகள் இருக்கா. அவுங்க மனைவி என்ன பண்றாங்க."

"அவருக்கு கல்யாணமாயிடுத்து. குழந்தைகள் இல்லை. ரெண்டு பேருக்கும் ஒத்துவரலைன்னு என்னிடம் சொல்லி யிருக்கார். அவருக்கு என்னை பிரபல கர்நாடக சங்கீதப் பாடகி ஆக்கணும்னு திட்டம். அவர் சங்கீத ரசிகர். இப்ப டிசம்பர் சீசன்லே காலைக் கச்சேரி ரெண்டு புக் ஆயிருக்கு. காலையிலேதான் சபாவிலே இருந்து பேசினா. என்னுடைய முன்னேற்றத்துலே அக்கறை எடுத்துக்கறார். எனக்காக செலவு பண்றார். இந்த போன் அவர் அன்னைக்கி நடந்த கச்சேரிக்கு சன்மானமா கொடுத்ததுதான்."

"இன்னொரு காபி குடிப்போம். நான் கீழே போய் எடுத்துட்டு வரேன். கொஞ்சம் யோசிச்சு வை. தண்ணி வேணும்னா அந்த பாட்டில்லே இருக்கு எடுத்துக்க."

நந்தினிக்கு மனதிலுள்ள பாதி பாரம் இறங்கி லேசானது போலிருந்தது. ரேவதி நீதிமன்றத்தில் வேலை பார்க்கிறாள். நிறைய புத்தகங்கள் படிக்கிறாள். அலமாரியைச் சுற்றிப் பார்த்தாள். சில தமிழ்ப் புத்தகங்களை எடுத்துப் பார்த்தாள். நிறைய ஆங்கிலப் புத்தகங்கள் இருந்தன. ஒரு புத்தகத்தை எடுத்து எழுதியவர் பெயர் என்ன என்று பார்த்தாள். FRIEDRICH NIETZSCHE என்று இருந்தது. எடுத்த இடத்திலேயே வைத்துவிட்டாள்.

ரேவதி தட்டில் வைத்து டம்ளரில் காபி கொண்டுவந்தாள். இருவரும் எதுவும் பேசாமல் காபி குடித்தார்கள்.

"நீ விட்ட இடத்துலே இருந்து சொல்லு. அவர் உனக்கு உதவி பண்றார்னு சொன்னே. உன் முன்னேற்றத்திலே அக்கறை எடுத்துக்கறார்னு சொன்னே" என்றாள் ரேவதி.

"ஆமா. அக்கறை எடுத்துண்டிருக்கார். என் மனசு அவரையே சுத்திண்டு இருக்கு. என்னாலே பாட்டு கூட சாதகம் பண்ண முடியாம அவர் நெனைப்பாவே இருக்கு. நாங்க பிராமணாள். அவர்பிராமணாள் இல்லை. என் வாழ்க்கையிலே பல வருடங்கள் இருள் சூழ்ந்து வீட்டுக்குள்ளேயே முடங்கிக் கிடந்தேன். அப்பாவும் நானும் மட்டும்தான். என்ன பெரிசா பேசிக்க முடியும். எனக்கு நெருக்கமான சிநேகிதின்னு யாரையும் வைச்சுக்கலை. கல்யாணத்தோட எல்லாத் தொடர்பும் போயிடுத்து. இப்ப உன் சிநேகம் கிடைச்சிருக்கு. அந்தக் காலத்திலே நாம அடிச்ச அரட்டையெல்லாம் நினைவுக்கு வர்றது."

"உன் மனசு அவரை விரும்புது. அவர் மனசு உன்னை விரும்புதா."

"நிச்சயமா. அவர் பேசுறதிலேயிருந்தும் என்னைப் பாக்கற பார்வையிலிருந்தும் என்னை மாதிரியே அவரும் அலைக்கழியறார்னு தோன்றது. இவர் வந்ததுக்குப் பிறகுதான் நான் வீட்டோட முடங்கிப்போன இருட்டு வாழ்க்கையிலிருந்து வெளியே வந்தேன். புது வாழ்க்கையை அவர்தான் கொடுக்கறார்."

"உன்னை அவர் கல்யாணம் பண்ணிக்கணும்னா அவர் தன்னோட மனைவியை விவாகரத்து பண்ணனும்."

"அவர் மனைவியை விவாகரத்து பண்ற மூடுலே இருக்கார். அவர் மனைவியும் அதே மூடுலேதான் இருக்கா. என்னிடம் சொன்னார்."

"ரெண்டுபேரும் சேர்ந்து டைவோர்ஸ் போட்டா, பைல் பண்ணின நாளிலிருந்து ஆறு மாசம் கழிச்சு நிச்சயம் கிடைச்சுரும். இதுலே இன்னொரு சிக்கல் இருக்கு. நான் சட்டப்படி சொல்றேன். சட்டப்படி நீ இப்ப இன்னொருத்தர் பொண்டாட்டி. உன் புருஷன் இறக்கலை. டைவோர்ஸ் பண்ணலே. அப்ப அவரு டைவோர்ஸ் வாங்கிட்டு வந்தாலும் சட்டப்படி நீ அவரைக் கல்யாணம் பண்ணிக்கிறதிலே பிரச்சினை இருக்கு. நான் சட்டப்படிதான் சொல்றேன். ஒண்ணு செய்வோம். உன் புருஷன் காணாமப் போயி ஏழுவருஷத்துக்கு மேலே ஆச்சுங்கிறதுனாலே எப்.ஐ.ஆரை வைச்சு கோர்ட்லே பைல் பண்ணி இறந்துட்டார்னு வாங்கியிருவோம். நான் போலீஸ் ஸ்டேஷன்லே அவரைக் கண்டுபிடிக்க முடியலைன்னு சர்டிபிகேட் வாங்கித்தரேன். டைவோர்ஸ் சாம்பசிவம்னு ஒரு

வக்கீல் இருக்காரு. எனக்குத் தெரிஞ்சவர்தான். யாருக்கும் தெரியாம இந்தக் கேஸைப் போட்டு ஆர்டர் வாங்கி வைச்சுக்குவோம். தேவைனா எடுத்துக் காட்டுவோம். அப்படி கோர்ட்லே ஒரு ஆர்டர் வாங்கி வைச்சிருக்கிறது நல்லதுதான்."

"அந்த எப்.ஐ.ஆரைத்தான் தேடிண்டு இருக்கேன். வீட்லேதான் எங்கேயோ இருக்கு. தேடி எடுத்துர்றேன்."

"முதல்லே அதை எடு. நாம வக்கீல் சாம்பசிவத்தைப் பார்த்து கோர்ட்லே போட்டு வைச்சுருவோம். ஆர்டர் எட்டு மாசத்திலே வாங்கியிருவோம். ஆனந்தனும் அவர் மனைவியும் கூட்டா டைவோர்ஸ் போட்டா சீக்கிரம் வாங்கியிரலாம். அதுக்கு முன்னாலே நீ அவர்கிட்டே பேசணும். அல்லது அவர் உன்கிட்டே பேசணும்."

"நான் அவரை என்னிடம் இது சம்பந்தமா பேசத் தூண்டறேன். நான் போய் முதல்லே பேசினா சரியாயிருக்காது."

"சைக்காலஜிக்கலா பேசறே. சந்தர்ப்ப சூழ்நிலையிலே எல்லாம் வந்துடும். ஒருவேளை எல்லாம் கூடி வந்தா உங்க அப்பாகிட்டே எப்படி சம்மதம் வாங்குவே."

"அது பிரச்சினைதான். அதைப் பின்னாடி பாத்துக்குவோம். நான் அந்த எப்.ஐ.ஆர். காப்பியை எடுத்துட்டு பேசறேன். வக்கீலைப் போய் பார்ப்போம். நானா இப்படிப் பேசறேன்னு ஆச்சரியமா இருக்கு. எனக்கு வாழ்க்கை வேணும். இருட்டு வாழ்க்கைலே பல வருஷம் இருந்துட்டேன். நான் பிரபல கர்நாடக சங்கீதப் பாடகி ஆகணும். ஆனந்தனாலே என்னை அப்படி ஆக்க முடியும். என் வாழ்க்கை மாறப்போறது. நான் பாடிண்டே வர்ற காட்சி என் மனசை மாத்திருச்சு. நீ மட்டும் என்கூட இரு."

"நான் உன்கூட இருக்கேன். அடுத்த முன்னேற்றம் பற்றி என்கூட போன்லே பேசு. எந்த நேரம்னாலும் பேசலாம். தயங்க வேண்டாம்."

"ஆத்துக்காரர் எங்கே போயிருக்கார்."

"இன்னைக்கி ஒரு இலக்கியக் கூட்டம். அதுக்குப் போயிருக்காரு. நல்ல மனுஷன். அறிவாளி."

"அவர் பேரென்ன."

"கங்காதரன்" என்றாள் ரேவதி.

வீட்டுக்குக் கிளம்புவதாக நந்தினி கூறினாள். ரேவதி போன் செய்து ஆட்டோவை வீட்டுக்கு வரச் சொன்னாள்.

சற்று நேரத்திலேயே ஆட்டோ வந்து நிற்கும் சத்தம் கேட்டது. ரேவதி நந்தினியுடன் கீழே இறங்கி வந்து ஆட்டோவில் ஏற்றிவிட்டாள். ஆட்டோ கிளம்பியது. அன்றைக்கு ஆனந்தன் மொபைல் போனுடன் சன்மானம் என்று எழுதி ஒரு கவரையும் கொடுத்து அனுப்பியிருந்தான். தந்தையிடமும் சன்மானம் வந்ததைக் கூறினாள். அவர் எவ்வளவு என்றுகூடக் கேட்க வில்லை. "நீயே வைத்துக்கொள்" என்று கூறிவிட்டார்.

ஆட்டோவில் சென்றுகொண்டிருந்த நந்தினி, 'நான்தான் இப்படி சிந்திக்கிறேனா. நான்தான் இப்படிப் பேசுகிறேனா' என்று நினைத்துக்கொண்டாள். அவளுக்குச் சிரிப்பு வந்தது.

✥

17

வட சென்னையில் ஒரு நடுத்தர ஹோட்டலில் தங்கியிருந்தான் சுதாகரன். ஹோட்டல் பையனிடம் டீ வாங்கிவரச் சொல்லியிருந்தான். பேப்பர் பார்த்துக்கொண்டிருந்தான். பையன் டீ கொண்டு வந்தான். அவனுடைய பெயரைக் கேட்டான்.

“மாடசாமி” என்றான்.

“உங்க அப்பா என்ன பண்றாரு.”

“அப்பா இறந்துபோயிட்டாரு.”

“எப்படி.”

“சீக்கு வந்து இறந்துபோயிட்டார். எங்க அம்மாவும் செத்துப் போயிருச்சு. நானும் அக்காவும் தங்கச்சியும் இருக்கோம்.”

“உங்களுக்குப் பாதுகாப்பா யார் இருக்கா.”

“சுத்தி சொந்தக்காரங்க இருக்காங்க. நாங்க பொறம்போக்குலே குடியிருக்கோம். வாடகை கிடையாது. சொந்த வீடு. செத்த தள்ளி எங்க சின்னம்மாவும் சித்தப்பாவும் இருக்காங்க. சித்தப்பாதான் வட்டச் செயலாளரு. அவர்தான் ஏரியாவிலே பெரிய ஆள். அக்கா, மாரியம்மன் கோயில்லே பூக்கட்டி விக்கும். தங்கச்சி ஸ்கூலுக்குப் போகுது. எழுதப் படிக்கத் தெரிஞ்ச பிறகு அக்காவுக்குத் துணையா பூக்கட்ட விட்றலாம்னு சித்தப்பா சொல்லியிருக்காரு.”

“உங்க அக்கா கல்யாணமாகிப் போயிருச்சுன்னா என்ன செய்வே.”

“அதை நெனச்சாதான் சார் பயமாயிருக்கு. அதுக்காக கல்யாணம் பண்ணாம இருக்க முடியுமா சார்.”

"கல்யாணமாகிப் போயிருச்சுன்னே வைச்சுக்கோ. என்ன செய்வே. உன் தங்கச்சியும் இருக்கு."

"சிரமம்தான் சார். பக்கத்துலேயே கல்யாணமாகும்னு சொல்ல முடியுமா சார். கல்யாணமாகி தூரமாகப் போயிருச்சுன்னா என்ன செய்றதுன்னு நெனைச்சா அழுகை வருது சார். அதனாலேயே என்னவோ அக்கா எனக்கு அப்பப்ப சமையல் பண்றதுக்குக் கத்துக் கொடுக்குது. தங்கச்சியை என்ன செய்றதுன்னு தெரியலை. படிப்பை நிப்பாட்டிட்டு பூக்கட்டச் சொல்லணும். சித்தப்பாதான் சார் இப்ப எங்கக் குடும்பத்துக்கு முக்கியமான ஆளு. அவர் மகன், எங்க அண்ணன் சிங்கமுத்து ஓர்க் ஷாப் வைச்சிருக்கு. எங்களுக்கு எதுன்னாலும் ஓடி வந்துரும் சார்..."

"நீ இப்படியே இருந்தா எப்படி குடும்பத்தைக் காப்பாத்த முடியும்."

"சார் எனக்கு லட்சியமே ஒரு டீக்கடை வைக்கணும்ங்கிறது தான் சார். வடை போடணும் சார். நல்ல காசு கிடைக்கும். இன்னும் கொஞ்சம் பெரியவனான பின்னாடி நிச்சயமா டீக்கடை போடுவேன் சார். அப்புறம் அதுலே வர்ற காசை வைச்சு என் தங்கச்சிக்குக் கல்யாணம் பண்ணுவேன். சிங்கமுத்து அண்ணன் கூட இருக்கறப்ப எனக்குப் பயம் இல்லை சார்..."

"இப்படித்தான் ஒருத்தருக்கொருத்தர் உதவியா இருக்கணும். வட சென்னைக்கு கொஞ்ச தூரத்துலே இருக்கற திருவொற்றியூர்லே அந்தக் காலத்திலே பட்டினத்தார்னு ஒரு சாமியார் இருந்தாரு. தெரியுமா. கேள்விப்பட்டிருக்கியா."

"இல்லை சார். என்ன பேரு சொன்னீங்க."

"பட்டினத்தார்."

"தெரியாது சார்."

"அவரைப் பத்தி ஒரு கதை இருக்கு. சொல்றேன். காவிரிப்பூம்பட்டினத்தில் வாழ்ந்த திருவெண்காடார் சிவ பக்தர். மனைவி சிவகாமி. இருவருக்கும் குழந்தைப் பேறு இல்லை. திருவிடைமருதூரில் வசித்த சிவசருமர்ங்கிற அய்யர் குடும்பம் ரொம்ப வறுமையிலிருந்தது. வில்வ மரத்தடியிலே கிடந்த ஒரு குழந்தையை எடுத்துக்கிட்டு அவரும் அவர் மனைவியும் காவிரிப்பூம்பட்டினம் வாராங்க. திருவெண்காடார் பெரிய பணக்காரர். அவரைச் சந்திச்சு குழந்தையைக் கொடுக்கறாங்க. இருவர் கனவிலும் கடவுள் தோன்றி சொன்னதைத் தொடர்ந்து இது நடந்தது. திருவெண்காடாரிடமிருந்து குழந்தைக்குப்

பதிலாக பொன்னும் பொருளும் பெற்று சிவசருமர் மனைவியுடன் திருவிடைமருதூர் சென்றுவிடுகிறார். திருவெண்காடர் குழந்தைக்கு மருதப்பிரான் என்று பெயர் வைத்து வளர்க்கிறார். மருதப்பிரான் வளர்ந்தபின் தன் தந்தையிடம் வெளிநாடு களுக்குக் கப்பலில் சென்று வியாபாரம் செய்ய விருப்பம் இருக்குன்னு சொல்றான். அவரும் யோசித்து, பிறகு அவனை அனுப்பி வைக்கிறார். அவர் நண்பர்களுடன் கப்பலில் சென்று பொருட்களை விற்று அதற்குப் பதிலாக வரட்டிகளையும் அவல், கடலையையும் மூட்டை மூட்டையாக வாங்கிக் கப்பலில் போட்டு காவிரிப்பூம்பட்டினம் திரும்பறான். கப்பலில் வந்த பொருட்களைப் பார்த்த திருவெண்காடருக்கு ஒன்றும் புரியவில்லை. கோபம் வந்து வரட்டி மூட்டைகளையும் அவல் மூட்டைகளையும் அவிழ்த்துப் பார்க்கிறார். உள்ளே பொன்னும் மணியும் இருக்கு. மருதப்பிரானைத் தேடறார். அவனைக் காணோம்.

திருவெண்காடரின் மனைவி, "மகன் மருதப்பிரான் இந்தச் சிறு பெட்டியை உங்களிடம் கொடுக்கச் சொல்லி சென்று விட்டான்" என்று சிறு பெட்டியை திருவெண்காடரிடம் கொடுக்கிறாள். அவர் பெட்டியைத் திறந்து பார்க்கிறார். அதில் ஒரு ஓலையும் காதற்ற ஊசியும் இருந்தன. அந்த ஓலையை எடுத்து வாசித்தார். 'காதற்ற ஊசியும் வாராது காணும் கடைவழிக்கே' என்று எழுதப்பட்டிருக்கிறது. திருவெண்காடருக்கு ஞானம் வந்தது. அவர் துறவு கொண்டு பொது மண்டபத்தில் தங்கி ஊரில் பிச்சையெடுத்து வாழ்கிறார். சிலகாலத்தில் தாயார் இறந்துபோறார். மயானத்தில் விறகுகளை அகற்றிப் பச்சை வாழை மட்டைகளை வைத்துப் பாட்டுப் பாடுகிறார். 'அன்னை இட்ட தீ அடிவயிற்றிலே, யானுமிட்ட தீ மூள்க மூள்கவே' அப்படினு.

பட்டினத்தார்னு திருவெண்காடரை அழைக்கிறார்கள். ஊர்ஊராகச்சென்று பிச்சை எடுத்து வாழ்ந்தார். ஒருநாள் தவத்தில் இருந்தபோது கொள்ளைக்காரர்கள் பத்திரகிரி அரசனிடம் கொள்ளையடித்த நகைகளில் ஒன்றை அவர் கழுத்தில் போட்டுவிட்டுச் சென்றுவிட்டார்கள். பத்திரகிரி அரசனின் வீரர்கள் அவரைப் பிடித்து பத்திரகிரி அரசனிடம் கொண்டுவர, கழுமரத்தில் பட்டினத்தாரை ஏற்றிக் கொல்லு மாறு அவர் உத்தரவிடுகிறார். அதன்படி பட்டினத்தாரைக் கழுமரத்தில் ஏற்றக்கொண்டுவரும்போது அவர் பாட்டுப் பாட, கழுமரம் தீப்பற்றி எரிகிறது. பிறகு பத்திரகிரியார் துறவு மேற்கொண்டு பட்டினத்தாரின் சிஷ்யராக மாறுகிறார். திருவிடைமருதூரில் பத்திரகிரியார் பிச்சை எடுத்துக்

கொண்டுவரும் உணவை அவர் சாப்பிட்டு வாழ்கிறார். பிறகு பத்திரகிரியாரும் இறந்துவிட பல ஊர்களுக்கு பட்டினத்தார் சென்று கடைசியாக திருவொற்றியூர் வருகிறார்.

திருவொற்றியூர் கடற்கரையில் சின்னப் பையன்கள் கூட விளையாடுகிறார். கடற்கரையில் உள்ள குழிகளில் மறைந்து பின் தோன்றி அந்தப் பையன்களுக்கு விளையாட்டுக் காண்பிக்கிறார். பல முறை இவ்வாறு விளையாடுகிறார். ஒருமுறை குழியில் இறங்கிய பின் பாத்திரம் கொண்டு குழியை மூடுமாறு பட்டினத்தார் சொல்கிறார். பையன்களும் அப்படியே பாத்திரத்தைக் குழியின் மேல் கவிழ்த்துவிட்டுச் சில நேரங்கழித்துப் பாத்திரத்தை எடுத்துப் பார்த்தார்கள். அங்கு பட்டினத்தாரைக் காணோம். அதன் பிறகு அவரை யாரும் பார்க்கவில்லை. அவர் காணாமல் ஆகிவிட்டார்.

கதையைக் கேட்டுக்கொண்டிருந்த மாடசாமி, "பட்டினத்தார் என்ன ஆனார்" என்று கேட்டான்.

சுதாகரன் இன்னொரு டீ கொண்டுவருமாறு மாடசாமி யிடம் கூறினான். பிறகு, "தெரியவில்லை" என்றான்.

❖

18

அடுத்த நாள் காலை எழுந்து பல் துலக்கிக்கொண்டிருக்கும்போது பீரோவிற்குள் இருந்த பழைய போட்டோ ஆல்பத்திற்குள் எப்.ஐ.ஆர். காப்பியை வைத்த நினைவு நந்தினிக்கு வந்தது. பல்துலக்கிவிட்டுச் சென்று பீரோவிற்குள் இருந்த போட்டோ ஆல்பத்தை எடுத்துப் பார்த்தாள். எப்.ஐ.ஆர். காப்பி இருந்தது. மனம் சந்தோஷமாகவும் படபடப்பாகவும் உணர்ந்தது. ரேவதிக்குப் போன் செய்தாள்.

"ரேவதி அந்த எப்.ஐ.ஆர். காப்பி கிடைச்சுருச்சு. போட்டோ ஆல்பத்திற்குள் வைச்சிருந்திருக்கேன். திடீர்னு நினைவு வந்துச்சு. எடுத்துட்டேன்."

"ஒரிஜினலைப் பத்திரமா வைச்சுக்க. அதுக்கு நாலஞ்சு காப்பி ஜெராக்ஸ் எடுத்து வச்சுக்க. இப்போதைக்கு உன் அப்பாவுக்குத் தெரிய வேண்டாம்னு நெனைக்கிறேன். அவர் வேண்டாம்னு சொன்னா மீறிச் செய்யறது கஷ்டம். இப்போதைக்கு இப்படியே இருக்கட்டும். நீ எப்ப ஆனந்தனைச் சந்திக்கப்போறே."

"சீக்கிரமா. சொன்னா உடனே ஓடி வந்துருவாரு. அந்த ரிசார்ட்டிலேயே சந்திக்கலாம்னு சொல்ல நெனைச்சிருக்கேன்."

"அசடு. அப்படி செய்யாதே. ரிசார்ட்லே உங்களைத் தவிர வேற யாரும் இருக்கமாட்டாங்க. முதல்ல நடந்த மாதிரி ஜென்டிலா எப்போதும் நடந்துப்பாங்கன்னு ஆம்பிளைகள்கிட்டே எதிர்பார்க்க முடியாது. அவுங்க மனசுலே காமம் எப்பவுமே குதிச்சுக்கிட்டேயிருக்கும். அவர் தொட்டார்னா நீ படிஞ்சு போயிருவே. அது எந்த அளவுக்கு போகும்னு நாம் இப்ப கற்பனை பண்ண முடியாது. மதிய உணவு சாப்பிடற

மாதிரி, பபே சிஸ்டம் உள்ள இடமா இருந்தால்கூட சாப்பிடறவங்க நிறைய இருப்பாங்க. நேரமும் நிறைய செலவழிக்கலாம். ஆழ்வார்பேட்டையிலே கிரேண்ட் தங்கம்னு ஒரு ஹோட்டல் இருக்கு. அங்கே போகலாம்னு சொல்லு. உனக்கு சேப்டியாவும் இருக்கும். பேசறதுக்கும் நேரம் கிடைக்கும்."

"இதுக்குத்தான் எனக்கு ரேவதி வேணுங்கிறது. அப்படியே சொல்றேன். நாம எப்ப வக்கீல் சாம்பசிவத்தைப் பாக்கப் போறோம். எல்லாத்தையும் முடிஞ்ச அளவு சீக்கிரமா செய்யணும்னு நெனைக்கிறேன்."

"செய்வோம். நான் சாம்பசிவத்துக்கிட்டே பேசிட்டுச் சொல்றேன். அடுத்தடுத்து நடக்கவேண்டியதைச் செய்வோம்."

"அந்த எப்.ஐ.ஆருக்கு தமிழ்லே என்ன சொல்றது."

"முதல் தகவல் அறிக்கை."

ரேவதியுடன் பேசியது நந்தினிக்கு உற்சாகத்தைத் தந்தது.

ஹோட்டலின் சூழ்நிலை நந்தினிக்குப் புதிதாக இருந்தது. சைவமும் அசைவமும் இருந்தன. தட்டில் எதை வைப்பது என்றே நந்தினிக்குக் குழப்பமாக இருந்தது. ஆனந்தன் உதவி செய்தான். அசைவம் சாப்பிடுகிறவனாக இருந்தபோதும் சைவம் எடுத்துக்கொண்டான். இருவரும் மூலையில் இருந்த இடத்தில் உட்கார்ந்தார்கள்.

"இந்த சூழ்நிலை நல்லா இருக்கு" என்றாள் நந்தினி.

"ஆமா. நீங்கதானே இந்த இடத்தை செலக்ட் பண்ணிங்க. எப்படி."

"ரேவதி சொன்னா."

"ரேவதிதான் உங்க குருவா."

"இல்லை, சிநேகிதி. என்னோட நலம் விரும்பி. உங்களை மாதிரி. சேர்ந்து சாப்பிடலாம்னு தோணித்து. அதான் உங்களுக்கு போன் பண்ணினேன். நல்லவேளை உங்களுக்கும் நேரம் கிடைச்சது. நேக்கு உங்க அறிமுகம் கிடைச்ச பிறகுதான் நான் இருட்டிலிருந்து வெளியே வந்தேன். வீட்டுக்குள்ளேயே முடங்கிக் கிடந்தேன். கோயிலுக்கு மட்டும் போய் வந்து கொண்டிருந்தேன். நீங்க வீட்டுக்குள்ளே நுழைஞ்ச நேரத்துலேயிருந்து என் வாழ்க்கை மாறிடுத்து. நான் வாழணும். நல்ல வாழ்க்கை வாழணும். பிரபல பாடகியாகணும்ங்கிற

எண்ணம் உங்களாலேதான் நேக்குக் கிடைச்சது. உங்க உதவியோடதான் இதெல்லாம் நடக்கப்போறது. சொல்லுங்க. நேக்கு யார் இருக்கா. உங்களை விட்டா."

"ஒருத்தருக்கு உதவி செய்றதிலே மகிழ்ச்சி இருக்கு. உங்களைப் பாத்த அன்னைக்கே எங்கேயோ மேலே, பிரபலமா, வசதியா இருக்கவேண்டிய நீங்கள் இந்த வீட்டுக்குள்ளே இருக்கீங்களேன்னு தோணியது. நீங்க கஷ்டப்படலை. ஆனா, நீங்க இருக்கவேண்டிய இடம் வேற."

"அந்த இடம் எது."

"அந்த இடம் பிரபலமான இடம். ரசிகர் கூட்டத்திற்கு நடுவில் நீங்கள் நிக்கற இடம். சபாக்காரங்க உங்க தேதி வாங்கறதுக்கு நிக்கற இடம். நீங்க சொந்தக் கார்லே வந்து இறங்கற இடம். பெரிய வீட்டிலே குடியிருக்கிற இடம். இதுலே பாதியாவது நடந்தாக்கூட போதும். அதுக்குத்தான் நான் முயற்சி பண்றேன்."

"வாழ்க்கையிலே நான் இருக்கவேண்டிய இடம் எது."

"இது எல்லாம் சேர்ந்ததுதானே வாழ்க்கை."

"இல்லை. சொந்த வாழ்க்கையிலே கேக்கறேன்."

"நீங்க இப்ப உட்கார்ந்திருக்கிற இடம்தான் உங்க இடம்."

நந்தினிக்கு சிரிப்பு வந்தது. சாப்பிட்டுக்கொண்டே சிரித்ததில் புரையேறுவது போல் ஆகிவிட்டது. ஆனந்தன் பிடி கொடுக்காமல் நழுவிக்கொண்டே இருக்கிறான் என்று அவளுக்குத் தோன்றியது.

"உங்க மனைவி எப்படி இருக்காங்க."

"அவளைப் பத்திப் பேச்செடுக்காதிங்க. என் வாழ்க்கையே அவளாலே பாழாய்ப் போச்சு."

"எப்படியிருந்தாலும் அவுங்க கூட வாழ்ந்துதானே ஆகணும்."

"அப்படி ஒண்ணும் கட்டாயமில்லையே. நான் அவளை டைவோர்ஸ் பண்ண முடிவு பண்ணிட்டேன். நான் வக்கீல்கிட்டே டைவோர்ஸ் சம்பந்தமா யோசனை கேட்டேன். ரெண்டு பேரும் சம்மதிச்சு கோர்ட்லே பைல் பண்ணினா சீக்கிரம் கிடைச்சுரும்னு சொன்னார். அவளும் அதே வக்கீல்கிட்ட போய் டைவோர்ஸ்க்கு யோசனை கேட்டிருக்கா. அவரும் என்னிடம் சொன்ன யோசனையையே அவளுக்கும் சொல்லியிருக்கார். இப்ப வக்கீல் 'ரெண்டு பேரும் சேந்து

பைல் பண்ணலாம். உங்க மனைவியும் என்னிடம் வந்தாங்க. அப்புறம் என்ன. சேந்து பைல் பண்ணியிருவோம்' அப்படினு போன் பண்ணிச் சொன்னாரு. அதோட நிக்குது."

"ரெண்டுபேரும் சேந்து போட்டா சீக்கிரம் கிடைச்சுருமா."

"கிடைச்சுரும். அதுக்கான முயற்சி நடக்குது."

"அதுக்கப்புறம்."

"அதுக்கப்புறம் நான் தனி ஆள்தான்."

"ஆமா. ரெண்டுபேரும் தனியா இருப்போம்."

நந்தினிக்கு அலுப்பாக இருந்தது. 'ஆனந்தன் என் வாயிலிருந்து வரவேண்டும்னு நெனைக்கிறாரு போல தெரியுது. நானே எப்படி சொல்றது' என்று நினைத்துக்கொண்டாள். தட்டு காலியாகிவிட்டதால் இருவரும் வேறு உணவுகளை எடுத்து மீண்டும் வந்து உட்கார்ந்தார்கள். மௌனமாக இருந்தார்கள். நந்தினி தனியாகச் சென்று உணவுப்பொருட்கள் இருக்கும் இடத்தைச் சுற்றிவந்து, ஓரிடத்தில் நின்று தயிர்சாதம் எடுத்துக்கொண்டு இருக்கையை நோக்கி வந்தாள். அவள் பச்சை நிறத்தில் சேலை, ரவிக்கை அணிந்திருந்தாள். கூந்தலில் நிறைய மல்லிகைப்பூக்கள் இருந்தன. அந்தப் பூக்கள் தோளிலும் கிடந்தன. ஆனந்தன் நிலைதடுமாறினான். அவனுள் இருந்த காமம் விழித்துக்கொண்டது. அவள் அழகையும் வடிவத்தையும் பார்த்தான்.

அவள் இருக்கையில் உட்கார்ந்தாள். "நீங்க ரொம்ப அழகு" என்றான் ஆனந்தன்.

"ஆமா. அழகுதான். அந்த அழகை அடையணும்னு உங்களுக்குத் தோணலையா."

திடுக்கிட்டு அவளை நிமிர்ந்து பார்த்தான் ஆனந்தன்.

"எல்லாம் நானே சொல்லணுமா. சொல்றேன். நான் உங்களோட இருக்க விரும்பறேன். உங்க மனசுலே நான் இருக்கேன். என்னை நெனைச்சு உருகறேள்னு நேக்குத் தெரியும். ஆனா சொல்லமாட்டேள். மனசுக்குள்ளேயே வைச்சிருப்பேள்."

ஆனந்தனுக்குப் படபடப்பு ஏற்பட்டது. திருமணமாகிப் பெண்ணுடன் வாழ்ந்தவன்தான். ஆனால் நந்தினி என்ற பெண்ணிடமிருந்து வந்த வார்த்தைகள் அவனுக்கு நடுக்கத்தை ஏற்படுத்தின. தண்ணீர் டம்ளரை எடுத்துத் தண்ணீர் குடித்தான்.

“நான் என்ன சொல்றது. எப்பவும் உங்க நெனைப்புதான். என்னாலே நார்மலாவே இருக்க முடியாத அளவுக்கு நீங்க என் மனசுக்குள்ளே இருக்கீங்க. நான் ஏன் வக்கீலைப் பார்த்தேன். டைவோர்ஸ்க்கு ஏற்பாடு பண்றேன். எல்லாம் உங்களை நெனைச்சுத்தான். நானும் என் மனைவியும் தனித்தனியா ஒரே வக்கீலைத்தான் பார்த்துருக்கோம். அவர் முடிச்சுத் தரேன்னு சொல்லியிருக்கார். ம்யூச்சுவல் கன்சென்ட்னு அதுக்குப் பேரு. அப்புறம் அவளுக்கு நான் பணம் தரணும். அவ எவ்வளவு கேக்கறான்னு தெரியலே. பஞ்சாயத்து பண்ணனும். ஜாயிண்டா வாங்குன சொத்தை என்ன செய்றதுன்னு முடிவு பண்ணனும். அவளுக்கே எழுதிக்கொடுத்திற வேண்டியதுதான். அவ கூட சண்டை போட தெம்பு இல்லை. இவ்வளவு பிரச்சினைகள் இருக்கு. நான் செய்யற தொழில்லே பிரச்சினைகள் இருக்கு. இதுக்கு இடையிலே நீங்க சொன்னீங்கல்ல அதுபோல நான் உங்களை நெனைச்சு உருகத்தான் செய்யறேன். உங்க அப்பா சம்மதிக்கணும். உங்க கணவர் காணாமப் போயிட்டாரு. இடையிலே சினிமாவிலே வர்ற மாதிரி வந்து நின்னா என்ன செய்றது. இவ்வளவையும் யோசிக்க வேண்டியிருக்கு.”

நந்தினியின் முகம் கறுத்தது. ஆனந்தனை நேராகப் பார்த்தாள். “என் ஆத்துக்காரர் வரமாட்டார். நான் சத்தியம் பண்றேன். அவர் வரமாட்டார்” என்று டேபிளில் அடித்துச் சத்தியம் பண்ணினாள்.

“என் சிநேகிதி ரேவதி வக்கீலிடம் கூட்டிட்டுப் போறேன்னு சொல்லியிருக்கா. போலீஸ் ஸ்டேஷன்லே கண்டுபிடிக்க முடியலேன்னு சர்டிபிகேட் வாங்கித் தரேன்னு சொல்லியிருக்கா. அவ கோர்ட்லே வேலை பாக்குறா. எப்.ஐ.ஆர். காப்பியும் என்னிடம் இருக்கு. சீக்கிரத்திலே வக்கீலைப் பாக்கப் போறோம். அப்பாவுக்குத் தெரியாது. ஏழுவருஷத்துக்கு மேலே கண்டுபிடிக்க முடியாம இருந்தா இறந்துட்டார்னு கோர்ட்லே ஆர்டர் கொடுப்பாங்கன்னு சொன்னா.”

“எந்த வக்கீலைப் பாக்கப் போறீங்கன்னு முடிவு பண்ணிட்டீங்களா.”

“வக்கீல் சாம்பசிவம்னு பேர் சொன்னா. டைவோர்ஸ் கேஸ்லே புகழ் பெற்றவர்னு சொன்னா.”

ஆனந்தன் சிரித்தான். “அந்த வக்கீலிடம்தான் நாங்களும் டைவோர்ஸ்க்குப் போயிருக்கோம். கடைசியிலே நான், என் மனைவி, நீங்க, ஆக எல்லாருக்கும் ஒரே வக்கீல்.”

“அப்படியா. அதே வக்கீலா. எல்லாம் நல்லபடியா முடியும்னு தோணறது.”

“நல்லபடியா முடியட்டும்.”

இருவரும் எழுந்தார்கள். ஹோட்டலை விட்டு வெளியேறினார்கள். நந்தினி ஆட்டோவில் வீட்டுக்குச் சென்றாள். ஆட்டோவில் ஏறும் அவள் வடிவத்தைப் பார்த்துவிட்டு காரை ஸ்டார்ட் பண்ணினான்.

நந்தினிக்கு மனதில் இருப்பதை வெளிப்படுத்தியதில் திருப்தி. ‘இந்தத் திருமணத்திற்கு முன்பாக சில சிக்கல்களைத் தீர்க்க வேண்டும். அவை தீர்ந்தால்தானே சுபமாக முடியும். அதை நோக்கித்தான் நானும் ஆனந்தனும் சென்றுகொண்டிருக்கிறோம். தீர்ப்போம். சுபமாக எல்லாம் முடியட்டும்’ என்று நினைத்துக்கொண்டாள்.

19

சாம்பசிவத்தின் உள் அறையில் வட்ட வடிவமாக மேஜை இருந்தது. நடுநாயகமாக சாம்பசிவம் உட்கார்ந்திருந்தார். ஒருபுறம் லாவண்யாவும் அவள் தந்தையும் உட்கார்ந்திருந் தார்கள். மறுபுறம் ஆனந்தனும் அவனுடைய ஆடிட்டரும் உட்கார்ந்திருந்தார்கள்.

"ம்யூச்சுவல் கன்செண்ட் போட இரண்டு தரப்புக்கும் சம்மதந்தானே" என்றார் சாம்பசிவம்.

ஆனந்தனும் லாவண்யாவும் தலையாட் டினார்கள். "சம்மதம்னு சொல்லுங்க" என்றார் சாம்பசிவம். இருவரும் "சம்மதம்" என்றார்கள்.

"குழந்தை இல்லைன்னு ஏற்கனவே சொல்லிட்டீங்க. அதனாலே கஸ்டடி பிரச்சினை இல்லை. அம்மா லாவண்யா உங்க பணத்தை வைச்சு அவர் ஏதாவது சொத்து வாங்கியிருக்காரா. இல்லை, ஜாயிண்டா ஏதாவது சொத்து இருக்கா."

"இல்லை. என் பணத்தை வைச்சு அவர் சொத்து ஏதும் வாங்கலை. ஸ்ரீபெரும்புதூர் பக்கத்திலே ஏதோ நிலம், எவ்வளவு ஏக்கர்னு தெரியாது. எங்க இருக்குன்னு தெரியாது. அது ரெண்டுபேர் பேர்லையும் இருக்கு. ஆனால் அதில் என் பணம் முதலீடு ஏதும் இல்லை. அதை நான் சட்டப்படி அவருக்கே மாத்திவிட்றேன். நீங்களே அந்த வேலையைச் செஞ்சு கொடுங்க."

"செஞ்சர்லாம். ஆனந்தன்பேருக்கு உங்க பாகத்தை டிரான்ஸ்பர் பண்ணியிரலாம். ஆனந்தன், என்ன சொல்றீங்க."

ஆனந்தன், "சரி" என்றான். 'இவ என்ன இவ்வளவு நேர்மையா பேசறா. அடுத்துப் பணம் செட்டில்மெண்டில் ஏத்திக் கேப்பா. அந்த

நிலத்தை வைச்சு இவ என்ன பண்ண முடியும்' என்று ஆனந்தன் நினைத்துக்கொண்டான்.

"ஆனந்தன் வீட்லே இருக்கற பொருட்கள்லே என்ன வேணும்."

"என் டிரஸ்கள் மட்டும் எனக்கு வேணும். அதை ஒருநாள் வந்து எடுத்துக்க விடணும். வேற ஒண்ணும் வேணாம்" என்றாள் லாவண்யா.

"எடுத்துக்கட்டும். நீங்களே டைம் பிக்ஸ் பண்ணி கொடுங்க. வந்து எடுத்துட்டுப் போகட்டும்" என்றான் ஆனந்தன்.

"சரி. ஒன் டைம் செட்டில்மெண்ட்டில் எவ்வளவு தொகை நீங்க எதிர்பார்க்கிறீங்க" என்றார் சாம்பசிவம்.

லாவண்யாவும் அவள் தந்தையும் வெளியே சென்று பேசிவிட்டு வந்தார்கள்.

"சொல்லுங்க" என்றார் சாம்பசிவம்.

"ரெண்டு கோடி" என்றாள் லாவண்யா.

சாம்பசிவத்திற்கே அதிகம் என்று தோன்றியது. "அம்மா நீங்க பேங்குலே வேலை பாக்கறேள். அதிகமாத் தெரியறது. குறைச்சுக்குங்க. இதனாலே செட்டில்மெண்ட் பிரச்சினை ஆயிடக்கூடாது."

"ரெண்டு கோடி கொடுக்கணும். இல்லைன்னா ம்யூச்சுவல் கன்சென்ட்டுக்கு நான் வரமாட்டேன். கேஸ் இழுத்துக்கிட்டே போகும். தோத்துச்சுனா அப்பீலுக்குப் போவேன்."

ஆனந்தனுக்கு ஆத்திரமாக வந்தது. 'என்னை கார்னர் பண்றா. ஆத்திரப்படக் கூடாது' என்று நினைத்துக்கொண்டான். "சரி, ரெண்டு கோடி தர்றேன். ஒரு கோடி டிமாண்ட் டிராப்ட், ஒரு கோடி பணமாக் கொடுத்தர்றேன்" என்றான்.

"இல்லை. ரெண்டு கோடியும் டிராப்டா வேணும்" என்றாள் லாவண்யா.

லாவண்யாவின் தந்தையிடம் ஆடிட்டர் பேசினார். "உங்களுக்கு வருமான வரி பிரச்சினை வரும். இதுதான் சரியான டீல்" என்றார்.

"சரி. ஏத்துக்க" என்றார் லாவண்யாவின் அப்பா.

"சரி. ஏத்துக்கறேன்" என்றாள் லாவண்யா. "என் வாழ்க்கை பாழாப் போச்சு. நான் இனிமே விவாகரத்தானவள். என் வாழ்க்கை எப்படி அமையும்னு தெரியலை. இவரு அந்த நந்தினியைக்

கல்யாணம் பண்ணிக்கிட்டு செட்டிலாயிடுவாரு. அவ இந்த ரெண்டுகோடி பெற மாட்டாளா.”

ஆனந்தன் கோபாவேசப்பட்டு அவளை அடிப்பது போல் எழுந்தான். ஆடிட்டர் பிடித்து உட்காரவைத்தார். ஆனந்தன் சொன்னான், “இந்த ரெண்டு கோடி அவளுக்குக் கொடுக்கறதில்லை. உன்னை விட்டு விலகறதுக்கு உனக்குக் கொடுக்கற பணம்.”

மேலும் சண்டை வந்துவிடுமோ என்று பயந்த சாம்பசிவம் எழுந்துநின்று, “எல்லாமே சுபமா முடிஞ்சுது. நான் சொல்ற நாள்லே வந்து அந்த ஸ்ரீபெரும்புதூர் நிலத்தை சார் பதிவாளர் அலுவலகத்துக்குப் போய் ரிஜிஸ்டர் பண்ணி லாவண்யா பாகத்தை மாத்தியிரலாம். இன்னொரு நாள்லே பணம் செட்டில்மெண்ட் சட்டப்படிப் பண்ணிக்கலாம். அப்புறம் கோர்ட்லே பைல் பண்ணியிரலாம். எல்லோரும் சந்தோஷமாப் போங்க” என்றார்.

வெளியேறும்போது ஆனந்தனை முறைத்துக்கொண்டே லாவண்யா வெளியேறினாள்.

சாம்பசிவம் ஆனந்தனைக் கூப்பிட்டார். “பொண்ணுங்க இப்படித்தான் பேசிக் காரியத்தைக் கெடுத்துருவாங்க. நாமதான் புத்திசாலித்தனமா இருக்கணும். அவ நகை ஏதும் உங்களிடம் இருந்தா அதையும் கொடுத்திருங்க. பேசவிட்டுப் போச்சு.”

“அவ நகை எல்லாம் அவளிடம்தான் இருக்கு. கல்யாணத்தன்னிக்கு எனக்குப் போட்ட செயின், மோதிரம் மட்டும் என்னிடம் இருக்கு. அதையும் செட்டில்மெண்ட் சமயம் கொடுத்துர்றேன்.”

“இல்லை ஆனந்தன். சும்மா கேட்டேன். அவ கேக்கலைன்னா எதுக்குக் கொடுக்கணும். நீங்களே வைச்சுக்குங்க.”

“அவ சம்பந்தப்பட்ட எதுவுமே எனக்கு வேணாம்” என்று ஆனந்தன் வெளியேறினான்.

ஹோட்டலில் ஆனந்தனும் ஆடிட்டரும் காபி குடித்துக் கொண்டிருந்தபோது ஆடிட்டர் கேட்டார். “என்ன ஆனந்தன், ரெண்டு கோடின்னு கேட்டவுடனே சரின்னு சொல்லிட்டீங்க. கூட கொடுக்கற மாதிரி தோணுது.”

"ஆடிட்டர் சார், அந்த ஸ்ரீபெரும்புதூர் பக்கத்திலே இருக்கிற நிலம் ஐந்து ஏக்கர். சென்ட் ஒரு லட்சம் போகும். இன்னைக்கி மதிப்பு ஐந்து கோடி. அவ முதல் போடலைன்னாலும் சட்டப்படி அவளுக்குப் பாதிப் பங்கு இருக்கு. கல்யாணமான புதுசுலே அவ மகிழ்ச்சிக்காக அவளையும் ஜாயிண்டா போட்டு வாங்கின நிலம். அதில் பாதிப் பங்குன்னா இரண்டரை கோடி ரூபாய். அதை விட்டுக் கொடுத்துட்டு என்னிடம் ரெண்டு கோடி ரூபாய் வாங்கியிருக்கா. முட்டாள். எனக்கு அரைக் கோடி இன்னைக்கு நிலவரப்படி லாபம்."

"ஆனந்தனுக்கு எப்போதுமே லாபம்தான்" என்றார் ஆடிட்டர்.

லாவண்யாவின் அப்பா கார் ஓட்டிக்கொண்டிருந்தார். அருகில் உட்கார்ந்திருந்த லாவண்யா, "ரெண்டு கோடிக்கு சரின்னுட்டாரே. இன்னும் ரெண்டு கோடி சேத்துக் கேட்டிருக்கலாம்னு தோணுது" என்றாள்.

"அவர் செட்டில்மெண்ட்டுக்கு வராம போயிட்டார்னா நானும் நீயும் கோர்ட்டுக்கு அஞ்சு வருஷம் பத்து வருஷம் அலையணும். ஆனந்தன் அந்தப் பொண்ணைச் சேத்துக்கூட வைச்சுக்குவாரு. நமக்கு அதுலே என்ன பிரயோசனம். டைவோர்ஸ் வாங்கினப் பின்னாடி நான் பாத்து வைச்சிருக்கிற பையனோட உனக்குக் கல்யாணம் பண்ண நெனைச்சிருக்கேன். பையன் ஐ.டி.யிலே வேலை பாக்கறான். விபத்துலே மனைவி இறந்துபோச்சு. ஒருநாள் வீட்டுக்கு வரச் சொல்றேன். நீயும் பாத்துக்க. ஆனந்தன் கூட வாழப் பிடிக்கலை. ரெண்டு கோடி ரூபாய் கிடைச்சிருக்கு. இது லாபம்தான். நம்ம வாழ்க்கையை நம்ம அமைச்சுக்கலாம். இனி உன் வாழ்க்கை சிறப்பா அமையும். ரியல் எஸ்டேட் தொழில் பண்றவனுக்கு உன்னை கல்யாணம் பண்ணிக் கொடுத்தது தப்புன்னு உணர்றேன்" என்றார் லாவண்யாவின் அப்பா.

✤

20

டிசம்பர் சீசனில் ஏற்கனவே ஒப்புக் கொண்டபடி நந்தினி இரண்டு கச்சேரிகள் செய்தாள். இசை விமரிசகர் நாராயணன் இரண்டு கச்சேரிக்கும் வந்திருந்தார். முக்கியமான வாரப் பத்திரிகைகளில் நந்தினியின் படத்துடன் சிறப்பான கச்சேரி என்று புகழ்ந்து எழுதப் பட்டிருந்தது. ஆங்கிலப் பத்திரிகையிலும் நந்தினியின் படத்தைச் சிறிதாகப் போட்டு, 'பிரபலமாகப்போகும் ஒரு புதிய பாடகி' என்று எழுதியிருந்தார்கள். நந்தினிக்குப் பெரிய மகிழ்ச்சி ஏற்பட்டிருந்தது. கச்சேரியில் முதல் வரிசையில் ஆனந்தன் உட்கார்ந்திருந்தான். தேர்ந்த பாடகியாக உருவாகிவிட்டாள் என்றும் பிரபலமடையத் தொடங்கிவிட்டாள் என்றும் தோன்றியது. நந்தினிக்குக் கச்சேரி வாய்ப்புகள் அடுத்தடுத்து வரத்துவங்கின. இன்னும் இரண்டு வருட காலத்திற்குள் பிரபல பாடகிகளின் வரிசையில் இவளும் சேர்ந்துவிடுவாள் என்று ஆனந்தனுக்குத் தோன்றியது. அதை அவன் நந்தினியிடமும் கூறினான். "எல்லாம் உங்களால் நடந்தது" என்றாள் நந்தினி. "அது ஒரு பக்கம் இருக்கட்டும். உங்க பாட்டுத் திறமைதானே உங்களை மேலே கொண்டுவருது" என்றான் ஆனந்தன். இருவரும் சிரித்துக்கொண்டார்கள். போனில் பேசிக் கொள்வதும் கிரேண்ட் தங்கம் ஹோட்டலில் சந்தித்துக்கொள்வதும் அதிகரித்துவிட்டது. இருவருமே சந்தோஷமான மனநிலையில் இருந்தார்கள்.

அவர்கள் இருவரும் கிரேண்ட் தங்கம் ஹோட்டலில் உணவு எடுத்துக்கொண்டிருந்தபோது சாம்பசிவம் போன் பண்ணினார். "டைவோர்ஸ் ஆர்டர் வாங்கியாச்சு. சர்வேஸ்வரன் 'டிக்ளேர்டு டெட்'னு ஆர்டர் வாங்கியாச்சு. இனி அவரவர்

வேலைகளைப் பாருங்கோ. சாம்பசிவம்கிட்டே கேஸ் வந்துச்சுன்னா அது எப்போதுமே வெற்றிதான். சம்பந்தப்பட்ட வங்ககிட்டே சொல்லியிருங்க."

"ரொம்ப நன்றி சார். நாங்க போன்பண்ணிட்டுவந்து வாங்கிக்கறோம்."

"நந்தினி மகிழ்ச்சியான செய்தி. எனக்கு டைவோர்ஸ் ஆர்டர் வந்துருச்சு. சர்வேஸ்வரன் 'டிக்ளேர்டு டெட்' – இறந்துட்டார்னு – ஆர்டர் வந்துருச்சு.இனி அடுத்த வேலையைப் பாக்க வேண்டியதுதான்" என்றான் ஆனந்தன்.

"அப்ப நாம ரெண்டுபேரும் ஸ்வீட் எடுத்துக்குவோம்" என்று அவன் கையைப் பற்றி நந்தினி அழைத்தாள். உடல் நடுக்கம் கண்டது. சமாளித்து நடந்தான். இருவரும் தட்டில் ஸ்வீட் எடுத்துக்கொண்டு இருக்கைக்கு வந்தார்கள். நந்தினி ஒரு ஸ்வீட்டை எடுத்து அவன் வாயில் வைத்தாள். அவன் கடித்துச் சாப்பிட்டான். அதேபோல் அவனும் செய்தான். நந்தினியும் கடித்துச் சாப்பிட்டாள். உற்சாகமாக இருந்தார்கள்.

'நந்தினியின் அப்பாவிற்கு இந்த விவரங்கள் எதுவும் தெரியாது. இனிமேல்தான் கொண்டுசெல்ல வேண்டும். அதை எப்படி சமாளிக்கப் போகிறோம். அவர் ஒப்புக்கொள்வாரா. இந்த விஷயத்தை அவர் எப்படிப் பார்ப்பார். யார் மூலமாக எப்படிச் சொல்வது. நந்தினி மட்டும் சொல்வதாக இருந்தால் அது சரியாக அமையாமல் போய்விட வாய்ப்பு இருக்கிறது' என்றெல்லாம் ஆனந்தன் யோசித்துக்கொண்டிருந்தான். பிறகு, 'இந்த உற்சாகமான நாளில் பிரச்சினையான விஷயத்தை நந்தினியிடம் விவாதிக்க வேண்டாம். சாம்பசிவத்தைச் சந்தித்து இரண்டு உத்தரவுகளையும் வாங்கிக்கொள்வோம். பிறகு நந்தினியிடம் விவாதிப்போம்.' என்று நினைத்தான்.

அடுத்த நாள் நந்தினியை ஆபீஸ் வரச்சொல்லி அங்கிருந்து காரில் இருவரும் சாம்பசிவத்தைப் பார்க்கச் சென்றார்கள். இருவருமே மகிழ்ச்சியாக இருந்தார்கள். சிறப்பான ஆடை உடுத்தியிருந்தார்கள்.

சாம்பசிவம் ஆபிஸ் சென்று அறைக்கு வெளியே காத்திருந் தார்கள். யாரிடமோ அவர் விவாதித்துக்கொண்டிருந்தார். வெளியே வந்ததும் இருவரும் உள்ளே நுழைந்தார்கள். "தம்பதிகளாப் பாக்கற மாதிரி எனக்குத் தோண்றது" என்று சொல்லிக்கொண்டே உத்தரவுகளை எடுத்து எழுந்து நின்று கொடுத்தார். உத்தரவை பிளாஸ்டிக் போல்டரில் போட்டு மடங்காதவாறு வைத்திருந்தார். நந்தினியும் ஆனந்தனும்

அதைப் பிரசாதம் போல வாங்கிக்கொண்டார்கள். "லாவண்யா வாங்கிட்டாளா" என்று ஆனந்தன் கேட்டான். போன்செய்துசொல்லியிருப்பதாக சாம்பசிவம் கூறினார். இருவரும் விடைபெற்றுக்கொண்டு வெளியே வரும்போது லாவண்யாவும் அவளுடைய தந்தையும் நுழைந்தார்கள். லாவண்யா இப்போதுதான் நந்தினியைப் பார்க்கிறாள். நந்தினியின் உயரத்தையும் நிறத்தையும் உடல் அமைப்புகளையும் பார்த்துத் திகைத்து, சுதாரித்துப் பார்வையை விலக்கிக் கொண்டாள். 'அதுக்குள்ளே ஜோடியா வராங்க' என்று நினைத்த உடனே அவளுக்குப் படபடப்பு ஏற்பட்டு, சாம்பசிவம் முன் இருந்த சேரில் உட்கார்ந்தாள். 'ஒரே நேரத்திலேயா ரெண்டு கோஷ்டியும் வரணும். நல்ல வேளை சண்டை வரவில்லை' என்று சாம்பசிவம் நினைத்துக்கொண்டார்.

காரில் எப்போதும் நந்தினி பின் சீட்டில்தான் உட்காருகிறாள். ஒரு ஜெராக்ஸ் கடையருகே காரை நிறுத்தி இரண்டு உத்தரவுகளையும் ஜெராக்ஸ் எடுத்துக்கொண்டு வந்தான். ஒரு தோல் பையில் பைலையும் ஜெராக்ஸ் பிரதிகளையும் வைத்துப் பத்திரமாக வைத்திருக்குமாறு கூறி நந்தினியிடம் கொடுத்தான். அவள் வாங்கி மடியில் வைத்துக்கொண்டாள். நந்தினியை முன் சீட்டிற்கு வரச் சொன்னான். அவள் இறங்கி முன் சீட்டில் கூச்சத்துடன் உட்கார்ந்தாள்.

ஒரு அகலமான சாலையில் ஒரு மரத்தின் கீழே காரை நிறுத்தினான்.

"இப்ப நான் அடுத்த கட்ட விஷயங்கள் பற்றி உங்ககிட்டே பேசணும்."

"என்னை நீங்க ஒருமையிலே வா, போன்னு கூப்பிடலாம். 'ங்' வேண்டாம்."

"அதுக்கு நேரம் வரும். அப்ப கூப்பிடறேன். இப்ப விஷயத்துக்கு வரேன். உங்க அப்பாகிட்டே யார் பேசறது. நீங்க பேசினா சரியா வராதுன்னு எனக்குத் தோணுது. ஒரு மூணாவது ஆள் பேசினாத்தான் சரியா வரும்னு தோணுது. சாம்பசிவத்தைப் பேசச் சொல்லலாமா அல்லது ரேவதியைப் பேசச் சொல்லலாமா."

"ரேவதியைப் பேசச் சொல்லலாம்."

"அப்படின்னா என்ன பேசறதுன்னு ரேவதி வீட்டுக்குப் போயி நீங்க ரெண்டுபேரும் டிஸ்கஸ் பண்ணிக்குங்க. எப்ப, எந்த நேரத்துலே உங்க அப்பாகிட்டே பேசறதுன்னு முடிவு

பண்ணுங்க. நம்ம விஷயத்திலே உங்க அப்பாவுக்கு எது பிரச்சினையா இருக்கும். வெளிப்படையா சொல்லுங்க."

"நீங்க பிராமணாள் இல்லைங்கிறதுதான் அவருக்குப் பிரச்சினையா இருக்கும்னு நெனைக்கிறேன். உங்க மேலே மதிப்பு வைச்சிருக்கார்."

"சரி, உங்க அப்பா நம்ம கல்யாணத்துக்குச் சம்மதிக்கலைன்னு வைச்சுக்குங்க. அப்ப என்ன பண்றது."

"அப்படி சொல்லாதேள். எனக்கு தலைசுத்தற மாதிரி இருக்கு."

"நந்தினி எல்லா விஷயத்தையும் யோசிக்கணும். சொல்லுங்க. உங்க அப்பா சம்மதிக்கலைன்னா என்ன செய்றது."

நந்தினிக்கு அழுகை வந்தது. அழுதுகொண்டே, "நான் உங்க கூட வந்துருவேன்" என்றாள். அவன் மார்பில் சாய்ந்து கொண்டாள்.

"உங்க அப்பா வயதானவர். அவரைப் பாத்துக்கணுமே. ஊர் உலகம் பேசறது ஒரு பக்கம் இருக்கட்டும்."

"ஆமா. அவர் பாவம்தான். உலகம் தெரியாதவர். அவர் சம்மதிக்காம நாம கல்யாணம் பண்ணிண்டாலும் நான் அவரை விட்டுட்டு வந்தாலும் அவரை ஏதாவது ஒரு வழியிலே பராமரிப்போம். வேறே என்ன செய்றது" என்றாள் அழுதுகொண்டே.

"சரி. நாம ரொம்பவும் யோசிக்க வேண்டாம். போகப் போக அடுத்து என்ன செய்யறதுன்னு பார்ப்போம். நான் ஆபீஸ்லே இறக்கிவிடறேன். அழுகையைத் துடைச்சிட்டு சிரிச்ச முகமா இருங்க. அங்கியிருந்து வீட்டுக்கு ஆட்டோவிலே போயிருங்க."

அவள் சற்றுநேரம் அழுது, பின் கண்களைத் துடைத்துக் கொண்டாள். சின்னக் கண்ணாடியையும் பவுடரையும் துண்டையும் ஆனந்தன் கொடுத்தான். முகத்தைத் தண்ணீரில் கழுவி, துண்டில் துடைத்து பவுடர் போட்டுக்கொண்டாள். கார் நகர்ந்தது.

21

ரேவதிக்குப் போன்செய்து நீதிமன்ற உத்தரவுகளை வாங்கிவிட்டதையும் அப்பாவிடம் சொல்லவேண்டிய நேரம் நெருங்கிவிட்ட தாகவும் அது தொடர்பாக வீட்டுக்கு வருவதாகவும் நந்தினி தெரிவித்தாள்.

ரேவதி கூறியபடி சென்று தற்போது ரேவதியின் வீட்டு மாடியில் உட்கார்ந்திருக்கிறாள். நீதிமன்ற உத்தரவை ரேவதியிடம் நந்தினி காட்டினாள்.

"ரேவதி நீதான் என்னைக் காப்பாத்தணும். இவ்வளவு பாடுபட்டு எல்லாம் செஞ்சும் அப்பா சம்மதம் இல்லைன்னா சிக்கலாயிடும். நீதான் பேசி சம்மதம் வாங்கணும்."

"உங்க அப்பா எப்படி டைப். பழமைவாதியா. முதல்லே உனக்குக் கல்யாணம் நடத்த சம்மதிப்பாரா. இந்த உத்தரவைக் காண்பிச்சு பேசணும். அதை ஏத்துக்கணும். அப்புறம் பிராமணாள் இல்லாதவருக்குக் கல்யாணம் செய்து கொடுக்கச் சம்மதிப்பாரா. இது ரொம்ப கஷ்டமான விஷயமா இருக்கும் போல இருக்கே. எப்படிப் பேசறது. சரி. அவர் சம்மதிக்கலைன்னா என்ன செய்றது."

"அதை அப்புறம் யோசிப்போம். முதல்லே நீ வந்து பேசு."

"சரி. பேசறேன். ஒத்திகை பாத்துட்டு வரேன்."

நந்தினி எழுந்து வந்து அவள் கையைப் பற்றிக் கண்கலங்கினாள்.

"பயப்படாதே. இதுவரைக்கும் எல்லாம் நல்லபடியா நடந்த மாதிரி இதுவும் நடக்கும்."

மாடியிலிருந்து இருவரும் இறங்கிவந்தார்கள். ஹாலில் ரேவதியின் கணவன் கங்காதரன்

உட்கார்ந்திருந்தான். நந்தினியை ஹாலுக்கு அழைத்துச் சென்று கணவனிடம் அறிமுகப்படுத்தினாள். "நான் ஏற்கனவே சொல்லியிருந்தேன்ல, அந்த நந்தினி இவதான்" கங்காதரனும் நந்தினியும் வணக்கம் சொல்லிக்கொண்டார்கள். ரேவதி ஆட்டோவை வரச்சொல்லி நந்தினியை வீட்டுக்கு அனுப்பி வைத்தாள்.

நந்தினி வரச்சொல்லியிருந்த நேரத்திற்கு ரேவதி வந்துவிட்டாள். ரேவதி வருவதாக ஈஸ்வரமூர்த்தியிடம் சொல்லியிருந்ததால் அவர் ஜிப்பா அணிந்து நாற்காலியில் உட்கார்ந்திருந்தார். ரேவதி உள்ளே நுழைந்ததும் கொண்டுவந்திருந்த பழங்களை நந்தினியிடம் கொடுத்துவிட்டு ஈஸ்வரமூர்த்தியின் கால்களைத் தொட்டு வணங்கினாள். அவர் ஆசீர்வாதம் பண்ணினார்.

"நான் நந்தினி கூடப்படிச்சவ. இடையிலே தொடர்பு இல்லாமப் போச்சு. கோர்ட்லே வேலை பாக்கறேன்."

"நந்தினி உன்னைப் பத்தி சொல்லியிருக்காள், நீ எங்க வீட்டுக்கு வந்ததுலே சந்தோஷம். வீட்டுக்காரர், குழந்தைங்க நல்லா இருக்காளா."

"நல்லாயிருக்காங்க அப்பா. நீங்க நல்லாயிருக்கிங்களா."

"நான் நல்லாயிருக்கேன். வழக்கமா வர்ற இளைப்பு வியாதி இருக்கு. வயசாயிண்டே போறது இல்லையா. ஏதாவது பெரிய நோய் வந்துருமோன்னு நெனைப்பு இருக்கு."

"உங்களுக்கு என்ன வயசாகுது."

"எழுபத்திரண்டு ஆகுது."

"நான் சொல்றேன்னு தப்பா எடுத்துக்காதிங்க. உங்க காலத்துக்குப் பின்னாடி நந்தினி தனியாத்தானே இருக்கணும்."

"ஆமா, அதை நெனைச்சா எனக்குத் தூக்கம் வராது. தொந்திரவா இருக்கும். பேமிலி பென்ஷன் வரும். முக்கியமான பாடகி ஆகியிருவாள். ஆனா தனியாத்தான் இருக்கணும். எனக்கு மனக்கஷ்டத்தைத் தர்ற விஷயந்தான் இது."

"ஆனந்தன் நந்தினிக்கு எவ்வளவோ உதவி பண்றார். இப்ப கர்நாடக சங்கீத உலகத்துலே ஓரளவுக்கு எல்லோருக்கும் நந்தினியைத் தெரிஞ்சுருக்குன்னா அது அவர் முயற்சியிலே நடந்திருக்கு. இன்னும் பிரபலமா நந்தினியை ஆக்கணும்னு நெனைக்கிறார். அவர் நடத்திக் காட்டியிருவார். அவர் கல்யாணமானவர். மனைவிக்கும் அவருக்கும் பிடிக்காம

டைவோர்ஸ் பண்ணி ஆர்டரும் வாங்கிட்டார். நந்தினியோட கணவர் காணாமப் போயி ஏழு வருஷத்துக்கு மேலே ஆச்சுங்கிறதுனாலே சட்டப்படி கோர்ட்லே கேஸ் போட்டு சர்வேஸ்வரன் – டிக்ளேர்டு டெட் – இறந்துட்டார்னு ஆர்டர் வாங்கியாச்சு. இந்த ஆர்டரைப் பாருங்க அப்பா.”

அவர் அந்த ஆர்டரை வாங்கிப் படித்துப் பார்த்துவிட்டு ரேவதியிடம் திருப்பிக் கொடுத்தார். ‘இருந்த தடங்கல்களை யெல்லாம் சட்டரீதியா நீக்கிட்டுத் தன்னிடம் சம்மதம் பெற வந்திருக்கிறார்கள்’ என்று அவருக்குத் தோன்றிவிட்டது. ரேவதியே சொல்லட்டும் என்று மௌனமாக இருந்தார்.

“சட்டப்படித் தடங்கல் எதுவும் இல்லை. ஆனந்தனும் நந்தினியும் ஒருத்தருக்கொருத்தர் விரும்பறாங்க. நந்தினிக்குப் பத்திரமான சந்தோஷமான வாழ்க்கை அமையும். நந்தினி பிராமணாள். அவர் பிராமணாள் இல்லை...” என்று ரேவதி தயங்கினாள்.

“ஆனந்தன் பிராமணாள் இல்லைன்னா என்ன” என்றார் ஈஸ்வரமூர்த்தி.

“அவர் பிராமணாள் இல்லைன்னு சொல்றேன்” என்றாள் ரேவதி.

“அதுக்குத்தான் நான் பதில் சொல்றேன். அவர் பிராமணாள் இல்லைன்னா என்ன.”

ரேவதி மேற்கொண்டு என்ன பேசுவது என்று யோசித்துத் தயங்கினாள்.

ஈஸ்வரமூர்த்தி பேசினார். “இந்தத் தெரு முழுக்க பிராமணாள் இருந்தா. பலரும் வீடுகளை வித்துட்டு எங்கெங்கோ போயிட்டா. இப்ப மூணு நாலு பிராமணாள் வீடுதான் இருக்கு. மத்த வீடுகளில் எல்லாம் பல ஜாதிக்காரங்க இருக்காங்க. என் மகள் நந்தினி நல்லா இருக்கணும். சங்கீத கடாட்சம் உள்ளவ. அவ இன்னும் மேல போகணும். என் காலம் எப்ப முடியும்னு தெரியலை. ஈஸ்வரன் எப்ப கெடு போட்டு வைச்சிருக்கான்னு தெரியலை. நாளைக்கே கூட இருக்கலாம். என் பொண்ணு தன்னந்தனியா பாதுகாப்பு இல்லாம நிப்பா. தனியா இருக்கற பொண்ணுகளைக் கழுகுகள் சுத்தற பூமி இது. அதுக்குன்னே கழுகுகள் திரியறது. எம் பொண்ணைக் கழுகுகள் கொத்தக் கூடாது. பாதுகாப்பான இடத்திலே ஒப்படைக்கணும். எனக்குச் சம்மதம். அவா ரெண்டு பேருக்கும் கல்யாணம் நடத்தறதுலே எனக்குச் சம்மதம். ரிஜிஸ்டர் கல்யாணமா

இருக்கணும். இன்னொரு நிபந்தனை. என்னாலே தனியா இந்த வீட்லே இருக்க முடியாது. கெட்ட நெனைவுகளா வரும். என் ஆத்துக்காரி படுத்த படுக்கையா இருக்கும்போது சொன்னா, 'பெருமாள் பல ரூபத்திலே வருவார். அது மாதிரி நமக்கு யாராவது வருவார்'னு. அப்படித்தான் நான் நினைக்கணும். நான் நந்தினி கூடவே வந்திர்றேன். நேக்கு ஒரு அறை ஒதுக்கிக் கொடுத்தா போதும். இந்த வீட்டுப் பக்கம் வர்றதுக்கே நேக்கு விருப்பம் இல்லை. புது வாழ்க்கை துவங்கணும்."

அப்பா என்று கத்திக்கொண்டே நந்தினி வந்து அவரைக் கட்டிக்கொண்டாள். காலில் விழுந்து அவரிடம் ஆசீர்வாதம் வாங்கினாள். ரேவதி இந்தக் காட்சியை மகிழ்ச்சியுடன் பார்த்தாள். வந்த வேலை சுலபமாக முடிந்ததில் அவளுக்குப் பாரம் இறங்கினாற்போல் இருந்தது.

"நந்தினி, ஆனந்தனிடம் பேசியிருவோம். அவர் டென்ஷனிலே இருப்பாரு" என்றாள் ரேவதி.

நந்தினி தலையாட்டியவுடன் ஆனந்தனுக்கு ரேவதி போன் செய்தாள். உடனே அவன் எடுத்துவிட்டான். "நந்தினியோட அப்பா உங்க ரெண்டு பேரோட கல்யாணத்துக்குச் சம்மதம் தெரிவிச்சுட்டார். கல்யாணத்துக்கப்புறம் நந்தினியோடு வந்து இருக்கணும்னு விரும்பறாரு. நீங்க என்ன சொல்றீங்க."

"எனக்கு அவர் சம்மதம் கொடுத்ததே தாங்க முடியாத மகிழ்ச்சி. உடனே நந்தினியைப் பாக்கணும்போல இருக்கு. அவுங்க அப்பா நந்தினி கூட, அதாவது எங்க கூட இருக்கறதிலே எனக்கு மகிழ்ச்சிதான். அவர் தனியா எப்படி இருப்பார். எங்க வீட்டுலே மாடியையும் சேர்த்து எட்டு ரூம் இருக்கு. எங்கே வேணாலும் அவர் தங்கிக்கலாம்."

"நாளைக்கிக் காலைல நந்தினி வீட்டுக்கு வாங்க. நானும் வந்திர்றேன். அப்பாகிட்டே ஆசீர்வாதம் வாங்கிட்டு உங்க வீட்டுக்குப் போவோம். உங்க பிஸினஸ் இடங்களைக் காட்டுங்க. அவுங்களுக்கும் உங்களைப் பத்தித் தெரியணும்ல."

"நாளைக்கிக் காலைல ஒன்பதரைமணிக்கு நந்தினி வீட்டுக்கு வந்திர்றேன். நீங்களும் இருக்கறது எனக்குக் கூடுதல் பலம். என் வீட்டுக்குப் போவோம். நந்தினிகிட்டே பேசவா."

"இப்ப வேண்டாம். ஒரு மணிநேரம் கழிச்சி நந்தினிக்கு போன் பண்ணித் தனியா பேசிக்குங்க. இப்ப அடுத்த வேலையைப் பாக்கணும். கல்யாண தேதியைக் குறிக்கணும். கொஞ்சபேருக்குச் சொல்லி ரிஜிஸ்டர் மேரேஜ். அதுக்கு ஏற்பாடு பண்ணணும்."

“எனக்கு ஒரு யோசனை தோணுது. எம்.எஸ்.ஸும் சதாசிவமும் திருநீர்மலை கோயில்லே கல்யாணம் பண்ணிக்கிட்டாங்க. அமோகமா வாழ்ந்தாங்க. கல்யாணம் திருநீர்மலையிலே நடக்கட்டும். ரெஜிஸ்ட்ரார் ஆபீஸ்லே வந்து ரிஜிஸ்டர் பண்ணிக்குவோம். நாளை காலையிலே வரேன்.”

ரேவதி சந்தோஷத்துடன் பேசினாள். “நந்தினியோடு அப்பா இருக்கறதுலே அவருக்கு விருப்பம் இருக்கு. நாளைக் காலையிலே வர்றாரு. அப்பாகிட்டே ஆசீர்வாதம் வாங்கிட்டு அவர் வீட்டுக்குக் கூட்டிட்டுப் போறேன்னு சொல்லியிருக்காரு. அப்புறம் இன்னொரு தகவல் சொன்னாரு. எம்.எஸ்.ஸும் சதாசிவமும் திருநீர்மலையிலே கல்யாணம் பண்ணி அமோகமா இருந்தாங்க. அதனாலே திருநீர்மலைலே கல்யாணம் பண்ணிட்டு ரிஜிஸ்ட்ரார் ஆபீஸ் பதிவுபண்ணிக்கலாம்னு சொன்னாரு.”

“பேஷா பண்ணிக்கலாம். நேக்கு சந்தோஷம்” என்றார் ஈஸ்வரமூர்த்தி.

நந்தினி ஸ்வீட்டும் பிஸ்கெட்டும் காபியும் கொண்டுவந்து ரேவதி முன்பு வைத்தாள். “ஏற்கனவே பிளான்பண்ணி வாங்கி வைச்சுருக்கியா” என்று நந்தினியின் கன்னத்தைக் கிள்ளினாள்.

“நாளைக்கி ஆனந்தன் இங்கே வர்றாரு. கல்யாணத் தேதியை முடிவு பண்ணிருவோமா.”

“பேஷா. நானே பஞ்சாங்கத்தைப் பாத்துச் சொல்றேன்” என்றார் ஈஸ்வரமூர்த்தி.

ரேவதி மீண்டும் நந்தினியிடம் சென்று அவளை அணைத்துக் கன்னத்தில் முத்தமிட்டாள். ‘என் நல்ல காலம் ரேவதியைச் சந்தித்தது’ என்று நந்தினி நினைத்துக்கொண்டாள். ரேவதி கிளம்பினாள்.

ரேவதி சென்றபின்னர் ஜிப்பா பாக்கெட்டிலிருந்து ஒரு பாக்கெட் டைரியை எடுத்தார். நந்தினியைக் கூப்பிட்டு அதில் ரேவதி பெயர் எழுதி அவள் போன் எண்ணை எழுதச் சொன்னார். அந்த டைரியை நந்தினி வாங்கினாள். அதில் கடைசியாக ஆனந்தன் பெயர் எழுதி அவருடைய எண் இருந்தது. அதற்குக் கீழே ரேவதி பெயரை எழுதி போன் எண்ணையும் எழுதினாள். “அப்பா உங்க போன்லேயே ஸ்டோர் பண்ணி வைச்சுக்கலாம். முக்கியமான நம்பரை எல்லாம்.”

“வேண்டாம். எனக்குக் கை வர மாட்டேங்குது. உன்னோட போன் நம்பர் மட்டும்தான் எனக்கு மனப்பாடம்.

இப்படியே இருக்கட்டும்” என்றார் ஈஸ்வரமூர்த்தி. அவரிடம் ஒரு சாதாரண மொபைல் போன் இருந்தது.

அடுத்த நாள் காலையில் ரேவதி வந்துவிட்டாள். ஈஸ்வரமூர்த்தி கலர் ஜிப்பா மெஜந்தா கலரில் அணிந்திருந்தார். நந்தினி தலைக்குளித்து உலர்த்திய கூந்தலுடன் அழகாக இருந்தாள். சற்றுநேரத்தில் கார் நிற்கும் சத்தம் கேட்டது. ஆனந்தன் உள்ளே நுழைந்தான். கருப்புப் பேண்ட்., வெள்ளைச் சட்டையில் வந்திருந்தான். சட்டையின் கை சிறிதாக இருந்ததால் கை தசைகள் வாளிப்பாகத் தெரிந்தன. நந்தினி அவனையே பார்த்தாள். உள்ளே நுழைந்த ஆனந்தன் ஈஸ்வரமூர்த்தியின் காலைத் தொட்டு வணங்கினான். எல்லோரும் உட்கார்ந்தார்கள். நந்தினி மட்டும் நின்றுகொண்டிருந்தாள். அவளை உட்காரச் சொன்னார் ஈஸ்வரமூர்த்தி.

“ரேவதி எல்லா விஷயமும் சொன்னா. எல்லோரும் பிளான் பண்ணிச் சட்டப்படி எல்லா விஷயத்தையும் சரி பண்ணிட்டேள். என் காலத்துக்குப் பின்னே நந்தினி தனியா நிப்பாளேன்னு கஷ்டப்பட்டுண்டு இருந்தேன். அவளுக்கு ஒரு நல்ல காலம் பிறந்துருக்கு. நீங்க அன்னைக்குக் கல்யாணவசந்தம் பாட்டைக் கேட்டு எங்க வீட்டுக்கு வந்த அன்னைக்கே நந்தினி வாழ்க்கை மாறிடுத்து. அவளை யாருக்குத் தெரியும். வீடு, கோயில்னு இருந்தா. அவளை சபாவிலே பாடற பாடகியா மாத்தியிருக்கீங்க. எனக்குப் பூரண சம்மதம். மத்த விஷயங்களையெல்லாம் நான் பொருட்படுத்தலை. நந்தினிகூட நான் வரேன்னு சொல்லச் சொன்னேன். நீங்க சரின்னு சொல்லிட்டீங்க. அது போதும் எனக்கு. கல்யாணத் தேதி குறிச்சி வைச்சிருக்கேன். ஆகஸ்டு 21ஆம் தேதி வெள்ளிக்கிழமை. ஆவணி 4ஆம் தேதி ஒன்பதேகால்லேருந்து பத்தே கால் வரைக்கும் முகூர்த்த நேரம். இன்னும் பதினைந்து நாள் இருக்கு. அதுக்குள்ளே உங்களாலே ஏற்பாடு பண்ண முடியுமா. உங்க பக்கம் பெரியவங்க யாரு இருக்காங்க.”

“எனக்குத் தம்பி இருந்தான். கல்யாணமாகாமலே விபத்துலே இறந்துபோயிட்டான். பத்து வருஷத்துக்கு முன்னாடி. என் சித்தப்பா ஹைதராபாத்திலே இருக்கார். என் மாமா ஆஸ்திரேலியாவிலே இருக்கார். ரெண்டுபேரும் கல்யாணத்துக்கு வந்துருவாங்க. நான் போன்பண்ணி பேசிக்கறேன். டைவோர்ஸ் பண்ணிட்டதை போன்பண்ணிச் சொல்லிட்டேன். இந்தக் கல்யாணம்பத்தி நாளைக்கித்தான் பேசணும்.”

‘இந்தத் தேதி நந்தினிக்கு வசதியான தேதியான்னு தெரிஞ்சுக்காம இந்தப் பெருசு பேசிக்கிட்டிருக்கு’ என்று ரேவதி

நினைத்துக்கொண்டே நந்தினியிடம் சென்று ரகசியமாகப் பேசினாள். நந்தினி, 'சரி' என்றாள்.

அனைவரும் காரில் ஏறினார்கள். காரை ஆனந்தன் ஓட்டினான். அருகில் நந்தினி உட்கார்ந்துகொண்டாள். பின் சீட்டில் ரேவதியும் ஈஸ்வரமூர்த்தியும் உட்கார்ந்து கொண்டார்கள். ஆனந்தனின் வீடு வந்தது. வாசலில் இருந்த யூனிபார்ம் அணிந்த ஒருவன் கேட்டைத் திறந்துவிட்டான். பெரிய பங்களா தென்பட்டது. பங்களாவிற்கும் கேட்டிற்கும் இடையே இருந்த பாதை சிமிண்ட்டில் இருந்தது. இருபுறமும் மலர்ச்செடிகளும் புற்களும் பசுமையாக இருந்தன. வாசலில் நின்றிருந்த ஒருவர் கார்க் கதவைத் திறந்துவிட்டார். போர்ட்டிகோவில் இரண்டு கார்கள் நின்றிருந்தன.

"இந்த இரண்டு கார்களும் நம்ம கார்கள்தான். தொழில், வியாபாரம் சம்பந்தமாக எடுத்துப் போவார்கள். டிரைவராகவும் வேலையாட்களாகவும் இரண்டுபேர் இருக்காங்க. ஆபீஸ்லே இருப்பாங்க. வாங்க நாம வீட்டைப் பார்ப்போம்."

கூட வந்த நபர் விளக்குகளையும் பேன்களையும் போட்டார். "இது ஹால். இங்கே ஒரு டிவி இருக்கு. இது பெட்ரூம். இங்கே ஒரு டிவி, சோபா இருக்கு. இது இன்னொரு ரூம்."

அவன் ஒவ்வொரு அறையாகக் காட்டினான். சமையல் அறையைக் காண்பித்தான். சமையல் செய்கிற அம்மாவைக் காண்பித்தான். வேலையாட்களாக இரண்டு பெண்கள் நின்றுகொண்டிருந்தார்கள். கீழே உள்ள நான்கு அறைகளையும் காண்பித்தான். அனைத்து அறைகளிலும் கட்டில் மெத்தை போடப்பட்டு நாற்காலிகள் போடப்பட்டிருந்தன. பெட்ரூம் பெரிதாக இருந்ததைப் பார்த்து ரேவதி நந்தினியைப் பார்த்துக் கண்ணடித்தாள். நந்தினி வெட்கப்பட்டாள். கீழே உள்ள நான்கு அறைகளில் மூன்று அறைகள் குளிர்சாதன வசதி செய்யப்பட்டிருந்தன. பெட்ரூமில் இருந்த டிவியும் ஹாலில் இருந்த டிவியும் அகலமானவையாக இருந்தன. தரையெல்லாம் பளிச்சென்று இருந்தது. அழகான மார்பிள். குளியலறை மிகச் சுத்தமாகப் பராமரிக்கப்பட்டிருந்தது. மாடிக்குச் சென்றார்கள். அங்கே இதே போல் நான்கு அறைகள். ஒரு அறையிலும் ஹாலிலும் டிவி இருந்தது. மூன்று அறைகளில் குளிர்சாதன வசதி இருந்தது.

ரேவதிக்கும் ஈஸ்வரமூர்த்திக்கும் நந்தினிக்கும் பிரமிப்பாக இருந்தது. இவ்வளவு பெரிய வீட்டை எப்படி பராமரிக்கப் போகிறோம் என்ற யோசனை நந்தினிக்கு ஏற்பட்டது. அவர்கள் மூவரும் தாங்கள் இருக்கும் வீடு குருவிக்கூடு என்பது

போல் உணர்ந்தார்கள். ‘இவ்வளவு பெரிய பணக்காரன் தனக்காக, தன் முன்னேற்றத்திற்காக உழைத்திருக்கிறாரே. ஏதோ வசதியாக இருப்பார் என்று நினைத்திருந்தால், பெரும் வசதியுடையவராக இருக்கிறாரே’ என்ற வியப்பு நந்தினிக்கு ஏற்பட்டது.

“எப்படி இந்த வீட்டைப் பராமரிக்கிறீங்க” என்றாள் நந்தினி.

“ஹவுஸ் கீப்பர்னு ஒருத்தர் இருக்காரு. அவர் இந்த வேலையாட்கள் செய்றதை மேற்பார்வை பாப்பாரு. துடைக்கிறது, சுத்தம் பண்றது, பெட்ஷீம் மாத்தறது, டாய்லெட் சுத்தம் பண்றது, எல்லாத்தையும் அவர் ரெகுலரா வாட்ச் பண்ணுவார். அவருக்காக பின்னாடி அவுட் ஹவுஸ் இருக்கு. அங்கேயும் மூணு ரூம்கள் இருக்கு. வேலையாட்கள் ஓய்வு எடுத்துக்கலாம்.”

ஹாலில் உள்ள சோபாக்களில் உட்கார்ந்தார்கள். அப்போது ஒருவர் அவசரமாக உள்ளே வந்தார். “மாடியிலே மூணாம் நம்பர் ரூம்லே குழாயிலே தண்ணி ஒழுகுது. பிளம்பருக்கு போன் பண்ணினேன். எடுக்கலை. போய் பாத்துட்டு வந்தேன்” என்றார். “சரி. இவர்தான் ஹவுஸ் கீப்பர். பேரு ஏகாம்பரம்” என்றான். பிறகு, நந்தினியைக் காண்பித்து, “நான் இவுங்களைக் கல்யாணம் பண்ணிக்கப் போறேன். இன்னும் பதினைந்து நாட்கள் கழிச்சு இவுங்கதான் இந்த வீட்டோட எஜமானி” என்றான். ஏகாம்பரம் பணிவாக நந்தினிக்கு வணக்கம் சொன்னார். ஈஸ்வரமூர்த்தியையும் ரேவதியையும் அறிமுகப்படுத்தினான். “டீ கொண்டுவரச் சொல்லுங்க” என்றான். ஏகாம்பரம் சமையலறையை நோக்கி ஓடினார். டீ வந்தது. டீ குடித்தார்கள்.

ஈஸ்வரமூர்த்தியைப் பார்த்து ஆனந்தன், “எந்த ரூம்லே வேணாலும் நீங்க தங்கிக்கலாம்” என்றான்.

அவர் கூச்சத்துடன், “நான் மாடியிலே இருந்துக்குறேன்” என்று சொன்னார்.

“நமக்குச் சொந்தமான அப்பார்ட்மெண்ட் இருக்கு. பார்க்கலாம்” என்று ஆனந்தன் எழுந்தான். நடந்துசெல்லும்போது நந்தினியிடம் ரேவதி, “உனக்கு ராணி தோரணை வந்துருச்சு” என்று மெதுவாகக் கூறினாள். பெரும் சந்தோஷத்தில் இருந்த நந்தினி சிரித்துக்கொண்டாள்.

அப்பார்ட்மெண்ட் இருக்கும் வளாகத்திற்குச் சென்றார்கள். “ஒரு பிளாக்கிற்கு நான்கு வீடுகள். மொத்தம் எட்டு பிளாக்குகள். ஆக மொத்தம் முப்பத்தி இரண்டு வீடுகள். வாடகைக்குக் குடியிருக்காங்க. ஏதாவது பிரச்சினைன்னா ஆபீஸ்லே வந்து

சொன்னா ஆள் அனுப்பிக் கவனிப்பாங்க. வாடகையை ஆபீஸ்லே கொடுத்துருவாங்க."

ஆபீஸை நோக்கி காரைச் செலுத்தினான். "இந்த ஆபீஸ்லே மாடியிலே ஹாலும் என் பெர்சனல் ரூமும் இருக்கு. மாடியிலே உள்ள ஹாலில்தான் நந்தினி ஒத்திகைக் கச்சேரி முதன்முதலா நடத்தினாங்க. நந்தினிக்கு நினைவு இருக்கா."

நந்தினி தலையாட்டினாள். அவள் பிரமிப்பிலிருந்தாள். ஆபிசுக்குள் நுழைந்தார்கள். சுமார் பதினைந்துபேர் ஆண்களும் பெண்களுமாக வேலைபார்த்துக்கொண்டிருந்தார்கள். "மேனேஜர், பாத்துக்குங்க. இவுங்கதான் இனி எஜமானி" என்று மேனேஜரிடம் நந்தினியைக் காண்பித்தான். நந்தினிக்கு அவர் வணக்கம் சொன்னார்.

"ஒரு இடத்திலே பிளாட்போட்டுக் குறைச்ச விலையிலே அவுங்க விருப்பப்படி வீடு கட்டித்தர்றோம். அதுக்கு பேங்க் லோனும் வாங்கித் தர்றோம். அந்த வேலைகள் ஓடிக்கிட்டு இருக்கு. அந்த இடம் தொலைவிலே இருக்கு. இன்னொரு நாள் பாப்போம். இப்ப நாம புதுசா ஒரு இடத்துலே பிளாட் போடறோம். அதைப் பாப்போம்" என்றான் ஆனந்தன்.

காரில் ஏறி உட்கார்ந்து கார் நகர்ந்ததும் ஈஸ்வரமூர்த்தி, "நீங்க ரொம்ப வசதியா இருக்கீங்க. நான் நெனைச்சதுக்கும் மேலே. நாங்க உங்களுக்கு நிகர் இல்லை. கல்யாணத்துக்கு எங்களாலே ..." என்று சொல்ல வந்தவர் நந்தினி திரும்பிப் பார்த்ததும் நிறுத்திவிட்டார். "அய்யா, நான் உங்களுக்கு இன்னொரு மகன் மாதிரின்னு நெனைச்சிக்குங்க. நீங்களும் நந்தினியும் வீட்டுக்கு வந்தாப் போதும். வேறெதுவும் நெனைக்காதீங்க" என்றான் ஆனந்தன்.

புதிதாக பிளாட் போடும் இடத்தருகே கார் நின்றது. "எத்தனை ஏக்கர்" என்று ரேவதி கேட்டாள். "இருபத்தி ஏழு ஏக்கர்" என்றான் ஆனந்தன். காரிலிருந்து இறங்கினார்கள். பிளாட்டில் இருந்த ஆட்கள் ஓடிவந்தார்கள். சிலர் எல்லைக் கற்களை பிளாட் எல்லைகளில் ஊன்றிக்கொண்டிருந்தார்கள். ஒருவர் பெயிண்ட்டில் பிளாட் எண்ணைக் குறித்துக்கொண்டிருந்தார். கையில் வரைபடம் வைத்திருந்தவர், "இன்னும் எழுபது பிளாட் கல் ஊன்ற வேண்டியிருக்கு. வேலை நடக்குது" என்றார்.

"எப்ப முடியும்."

"ரெண்டு நாளாகும்."

"சரி. ரெண்டு நாளைக்கு மேலே போகாம முடிங்க."

“இந்த பிளாட் ஏரியாவுக்கு முகப்பு இருநூற்று நாப்பது அடி. தார் ரோடு அக்செஸ் இருக்கு. நல்ல விலைக்கு விக்கலாம்” என்று நந்தினியையும் ரேவதியையும் பார்த்துச் சொன்னான். ஈஸ்வரமூர்த்தி எங்கோ வேடிக்கை பார்த்துக்கொண்டிருந்தார்.

“ஸ்ரீபெரும்புதூர்லே அஞ்சு ஏக்கர் நிலம் என் பேர்லேயும் லாவண்யா பேர்லயும் ஜாயிண்ட்டா இருந்துச்சு. செட்டில்மெண்ட்ல எனக்கு வந்துருச்சு. பின்னாலே நல்ல விலை போகும். இவையெல்லாம் தவிர வெவ்வேறு இடத்துலே பிளாட்டுகள் கிடக்கு. எனக்கே சரியாக நெனைவு இல்லை. ப்ராபர்ட்டி ரிஜிஸ்டரைப் பார்த்தாத்தான் தெரியும். எந்த ஹோட்டலுக்குச் சாப்பிடப் போவோம்.”

“கிரேண்ட் தங்கம் ஹோட்டல்” என்றாள் நந்தினி.

“அது வேண்டாம். அய்யாவுக்குச் சரிப்பட்டு வராது. இலை போட்டு பரிமார்ற இடமாய்ப் பாத்துக் கூட்டிட்டுப் போறேன்.”

அனைவரும் காரில் ஏறினார்கள். ஹோட்டலில் சாப்பிட்ட பின் நந்தினி, ஈஸ்வரமூர்த்தி, ரேவதி ஆகியோரை நந்தினி வீட்டில் இறக்கிவிட்டான்.

நந்தினி வீட்டில் ஈஸ்வரமூர்த்தி, நந்தினி, ரேவதி மூவரும் நாற்காலியில் உட்கார்ந்திருந்தார்கள். மௌனமாக இருந்தார்கள். ரேவதி பேசினாள். “ஏதோ வசதியானவரா இருப்பார்னு பார்த்தா. பெரிய பணக்காரரால்ல இருக்காரு. அவரு அதை நாமகிட்டே காமிச்சுக்கவே இல்லை பாத்தியா.”

“ஆமா. அது பெரிய பண்பு. அது ஆனந்தன்கிட்டே இருக்கு. எங்கிட்டே பெரிய வசதி இல்லை. ஆட்களும் இல்லை. நானும் நந்தினியும் மட்டும்தான் இருக்கோம். தெருவுலயோ சொந்தக்காரங்களையோ கூப்பிடற எண்ணம் இல்லை. வாய் கிழியப் பேசுவா. பின்னால தெரியறப்ப தெரியட்டும்” என்றார் ஈஸ்வரமூர்த்தி.

“அப்பா நாங்க இருக்கோம். எங்க குடும்பம், எங்க அண்ணன் குடும்பம், என் தங்கச்சி குடும்பம் எல்லாத்தையும் கூட்டிட்டு வந்திர்றேன். நாமளும் கொஞ்சம் ஆட்களைக் காமிக்கணுமில்லையா” என்றாள் ரேவதி.

ஆனந்தனிடமிருந்து நந்தினிக்கு போன் வந்தது. “கோர்ட் ஆர்டரை வைச்சு கார்ப்பரேஷனிலே பதிஞ்சு டெத் சர்ட்டிபிகேட் வாங்கணும். நாளைக்குப் பதியப் போறம். நீ வந்து

கையெழுத்துப் போடணும். காலையிலே வீட்டுக்கு வர்றேன். ஏற்பாடு எல்லாம் பண்ணியாச்சு” என்றான் ஆனந்தன்.

ஈஸ்வரமூர்த்தியும் ரேவதியும் நந்தினியைப் பார்த்தார்கள். ஆனந்தன் கூறியதைக் கூறினாள். “இவ்வளவு வேலை இருக்கா. அவரு எல்லாத்தையும் செஞ்சு முடிச்சுருவாரு, இளவரசன்” என்றார் ஈஸ்வரமூர்த்தி.

“அப்பாகூடவும் நந்தினிகூடவும் நான் ஒரு முக்கியமான விஷயம் பேசணும்” என்றாள் ரேவதி. நந்தினி தலையாட்டினாள்.

“நந்தினி கழுத்திலே தாலி போட்டிருக்கா. அதை எப்ப எடுக்கறது. ஒரு சொம்புலே பால்கொண்டுவந்தா அதிலே கழட்டி போட்ரலாம். அப்புறம் அதை எப்படியும் மாத்திக்கலாம். நந்தினி வேற செயின் போட்டுக்கட்டும்.”

ஈஸ்வரமூர்த்தியும் நந்தினியும் திடுக்கிட்டார்கள். “தாலியை கழட்டிட்டா அவ விதவை ஆயிருவாளே” என்றார் ஈஸ்வரமூர்த்தி.

“அவர் செத்துப்போயிட்டதா கோர்ட் ஆர்டர் இருக்கு. ரெண்டுநாள்லே அல்லது ஒரேநாள்லே இறப்புச் சான்று ஆனந்தன் வாங்கியிருவார். இதுல யோசிக்க ஒண்ணுமில்லை. ஊர் உலகத்துக்கு எதுவுமே தெரியாது. யாரையும் கூப்பிட வேண்டாம். நான் இருக்கேன். அப்பா இருக்காரு. இந்தச் சடங்கை முடிச்சுருவோம். எப்படியும் எடுக்கத்தானே வேணும். ஆனந்தன் இந்தத் தாலிக்கு மேலே ரெண்டாவது தாலியா கட்டுவாரு. நந்தினி பொட்டு, பூ வைச்சுக்கலாமான்னு யோசிக்காதே. தாராளமா வைச்சுக்க. யாருக்குத் தெரியப் போகுது. எல்லாமே நமக்குள்ளே தானே நடக்குது. நீ எப்பவும்போல இரு. எதையும் களைய வேண்டாம். நாளைக்கு ஆனந்தன் வர்றப்ப கூடப்போயி இந்த இறப்புச் சான்று விஷயத்தை முடிச்சிரு. எப்பவும்போல இரு. என்ன அப்பா நான் சொல்றது.”

நந்தினி மௌனமாக இருந்தாள். ஈஸ்வரமூர்த்திக்கு, ‘அந்த ஈஸ்வரன்தான் ரேவதியை நமக்கு உதவி செய்ய அனுப்பி யிருக்கிறார்’ என்று தோன்றியது.

“நந்தினி ஒரு சொம்புலே பால்கொண்டுவா” என்றார் ஈஸ்வரமூர்த்தி. சாமி படங்களுக்கு முன் மூவரும் நின்றார்கள். விபூதித் தட்டில் சூடம் கொளுத்தித் தீபாராதனை செய்தார் ஈஸ்வரமூர்த்தி. ரேவதி மணியடித்தாள்.

“நந்தினி தாலியை கழட்டி சொம்புலே உள்ள பால்லே போடு” என்றார். அவள் கண்கலங்கிக் கழற்றிப் போட்டாள். “வெற்றுக்

கழுத்தோட இருக்காதே. ஒரு செயினை எடுத்துப் போட்டுக்க" என்றாள் ரேவதி. நந்தினி அறைக்குள் சென்று வேறு ஒரு செயினை கழுத்தில் அணிந்து வந்தாள்.

"அப்பா, கொஞ்சநேரம் கழிச்சு அந்தத் தாலியை எடுத்துத் தனியா வைச்சுருங்க. வேறே ஆபரணமா அதை மாத்திக்கலாம்" என்றாள் ரேவதி. அவர்கள் குழப்பமடையக் கூடாது என்பதற்காகவே ரேவதி, பாலில் கிடந்த தாலியை ஈஸ்வரமூர்த்தி எடுக்கும்போது கூட இருந்தாள். ஈஸ்வரமூர்த்தி அதைத் தன் பொறுப்பில் வைத்துக்கொண்டார்.

ரேவதி கூடவே இருந்தால் தைரியமாக இருக்கும் என்று நந்தினிக்குத் தோன்றியது. 'நாளை காலையில் ஆனந்தன் வருவார். மனக்குழப்பம் இல்லாமல் இருக்க வேண்டும்' என்று நந்தினி நினைத்துக்கொண்டாள்.

ஈஸ்வரமூர்த்தி ஈஸிசேரில் படுத்து மேற்சுவரைப் பார்த்துக் கொண்டிருந்தார்.

✤

22

நல்லோர் மனத்தை நடுங்கச் செய்தேனோ
நட்டாற்றில் கையை நழுவ விட்டேனோ
வலிய வழக்கிட்டு மானங் கெடுத்தேனோ
தானங் கொடுப்போரைத் தடுத்து நின்றேனோ

மனமொத்த நட்புக்கு வஞ்சகஞ் செய்தேனோ
குடிவரி உயர்த்திக் கொள்ளை கொண்டேனோ
ஏழைகள் வயிறு எரியச் செய்தேனோ
தருமம் பாராது தண்டஞ் செய்தேனோ

ஆசை காட்டி மோசஞ் செய்தேனோ
வரவு போக்கொழிய வழியடைத்தேனோ
வேலையிட்டுக் கூலி குறைத்தேனோ
பசித்தோர் முகத்தைப் பாராதிருந்தேனோ

இரப்போர்க்குப் பிச்சை இல்லையென்றேனோ
கோள் சொல்லிக் குடும்பங் குலைத்தேனோ
கலந்த சிநேகிதரைக் கலகஞ் செய்தேனோ
கலங்கி ஒளிந்தோரைக் காட்டிக் கொடுத்தேனோ

அன்புடையவர்க்குத் துன்பம் செய்தேனோ
குடிக்கின்ற நீருள்ள குளம் தூர்த்தேனோ
வெயிலுக் கொதுங்கும் விருட்சம் அழித்தேனோ
பகை கொண்டு அயலோர் பயிரழித்தேனோ

என்ன பாவம் செய்தேனோ
என்ன பாவம் செய்தேனோ
இன்னதென்று அறியேனே.

பொதுமண்டபத்தில் ஒருவர் வள்ளலாரின் இந்தப் பாட்டைப் பாடிக்கொண்டிருந்ததைக் கேட்டான் பரந்தாமன். அவனும் கேட்டுக் கொண்டிருந்த கூட்டத்தில் ஒருவனாக அமர்ந்திருந்தான். 'என்ன பாவம் செய்தேனோ' என்ற வாசகத்தை இரண்டுமுறை அவர் பாடியதும் பாடிய விதமும் அவன் மனதை நோகச் செய்தது. கூட்டம் கலைந்ததும் அவர் அருகில் சென்று அமர்ந்தான் பரந்தாமன்.

“நீங்க யார் தம்பி.”

“என் பெயர் பரந்தாமன். நான் அமெரிக்காவில் டெட்ராய்டு மாநிலத்தில் ஒரு கம்ப்யூட்டர் கம்பேனியில் வேலை செய்கிறேன். மன அமைதிக்காக இங்கு வந்தேன். பசித்தவர்களுக்கு உணவு படைப்பது முக்கியமான பணி. இதை அந்தக் காலத்திலேயே வள்ளலார் செய்திருக்கிறார். அவர் மகத்தான மனிதர்.”

“ஆம். அவர் காலத்தில் அவர் நிறைய சிரமங்களைக் கடக்க நேரிட்டது. சிறு வயதிலேயே வள்ளலாரின் தந்தை இறந்துவிட்டார். அவரின் சகோதரர் சபாபதி வீட்டில் தாயாருடன் வசித்தார். கண்ணாடியில் கந்தப் பெருமானைக் கண்டிருக்கிறார். ஒருநாள் உபன்னியாசத்திற்குச் செல்ல முடியாத நிலை சபாபதிக்கு ஏற்பட, வள்ளலார் சென்று பெரியபுராணத்தில் உள்ள செய்யுள்கள் பற்றியும் நாயன்மார்கள் பற்றியும் உரையாற்றுகிறார். கூட்டத்திற்கு வந்திருந்த பெரியோர்களின் பாராட்டுகள் கிடைக்கின்றன. அவர் பதின்மூன்று வயதிலேயே துறவு எண்ணம் கொண்டதாகச் சொல்கிறார்கள். ஆனால் அவருக்குக் குடும்பத்தினர் திருமணம் செய்துவைக்கிறார்கள். திருமண வாழ்வில் வள்ளலாருக்கு நாட்டமில்லை. அவர் பாடல்கள் இயற்றினார். சாதிப் பிரிவினை பற்றி அவருக்கு எதிரான எண்ணங்கள் இருந்தன. அவர், ‘சமரச வேத சன்மார்க்க சங்கம்’ என்ற அமைப்பை ஏற்படுத்தினார். பின்னர் அதை ‘சமரச சுத்த சன்மார்க்க சங்கம்’ என்று மாற்றுகிறார்.”

இந்த இடத்தில் பரந்தாமன் அவருடைய பேச்சை இடைநிறுத்தி அவரைப் பற்றி விசாரிக்கிறான்.

“என் பெயர் சிவானந்தம். தஞ்சாவூரில் நிறைய நிலங்கள் உள்ளன. என் இளைய மகன் அவற்றைப் பார்த்துக்கொள்கிறான். மூத்த மகன் கனடாவில் இருக்கிறான். கம்ப்யூட்டர் துறையில் இருக்கிறான். எனக்கு உலக வாழ்க்கையில் பிடிப்பு இல்லை. மனிதர்களை வஞ்சிக்க வேண்டியதிருக்கிறது. சுயநலமாக இருக்க வேண்டியதிருக்கிறது. எனவே நான் சுயதுறவு மேற்கொண்டேன். உண்மையில் பாதித்துறவு என்றுதான் சொல்லவேண்டும். ஒரு சாதாரண லாட்ஜில் தங்கியிருக்கிறேன். மூத்த மகன் பணம் அனுப்புகிறான். வள்ளலாரின் கருணையில் மதிய உணவை சத்திய ஞான சபையில் சாப்பிடுகிறேன். ஊரைச் சுற்றி வருவேன். வள்ளலாரின் பாடல்களை மனப்பாடம்செய்து இந்தப் பொது மண்டபத்தில் அமர்ந்து பாடுவேன். சில பாடல்கள் நீளமாக இருக்கும். சில பாராக்களைத் தவிர்த்துவிட்டு, சில வரிகளை நீக்கி, சில வரிகளை இடம் மாற்றி என் வசதிக்கேற்ப பாடுவேன். ஆரம்பத்தில் தனியே பாடிக்கொண்டிருந்தேன். பின்னர்

ஒன்றிரண்டுபேர் வந்து உட்கார்ந்து கேட்டார்கள். இப்போது சுமார் இருபதுபேர்கள் வருகிறார்கள் என்று நினைக்கிறேன். நான் முடிக்கிற நேரத்தில் நீங்கள் இங்கு வந்தீர்கள். உங்களுக்கு நிம்மதி இல்லை என்று கூறினீர்கள். இப்படித்தான் சிலருக்கு இள வயதிலேயே நிம்மதியின்மை ஏற்பட்டுவிடுகிறது."

"ஆமாம். எனக்கும் என் மனைவிக்கும் விவாகரத்தாகி விட்டது. ஒரு பையன் பிறந்தான். அவன் அவனுடைய அம்மாவுடன் இருக்கிறான். நானும் ஆட்சேபிக்கவில்லை. ஆண் களால் குழந்தைகளை வளர்ப்பது சிரமம். பெண் குழந்தையாக இருந்தால் இன்னும் சிரமம். மனதில் நிம்மதி இல்லை. எங்கள் இருவருக்கும் ஆரம்பத்திலேயிருந்தே ஒத்துவரவில்லை. என்னை அவளுக்கும் அவளுக்கு என்னையும் பிடிக்கவில்லை. ஏன் இப்படி ஒரு வாழ்க்கை அமைந்தது என்று தெரியவில்லை. திருமணம் என்பது ஒருவனின், ஒருத்தியின் வாழ்க்கையில் முக்கியமான திருப்பம். இப்போது என் மகனுக்குத் தந்தை இருந்தும் இல்லை. நான் அவனைப் பார்த்தே பலகாலமாகிவிட்டது. இப்போதுஎன் மனைவி ஏற்கனவே திருமணமானவள். நான் ஏற்கனவே திருமணமானவன். இந்தப் பட்டங்களோடு இருவரும் வாழ வேண்டும். இதுதான் வாழ்க்கை. இன்னொரு திருமணம் செய்யச் சொல்லி வற்புறுத்துகிறார்கள். எனக்குத்தான் பயமாக இருக்கிறது."

"பயப்பட வேண்டாம். நீங்கள் இன்னொரு திருமணம் செய்துகொள்ளலாம். ஒரு விவாகரத்தான பெண் உங்களுக்கு அமையும். தயங்காதீர்கள். இல்லாவிட்டால் நீங்கள் மனக் குழப்பத்திலேயே வாழ்க்கை முழுவதும் இருக்க நேரிடும்."

"அன்பில்லாத ஒரு பெண்ணை நான் ஏற்கனவே திருமண மாகி அனுபவித்துவிட்டேன்."

"எல்லாப் பெண்களும் ஒரே மாதிரி இருப்பதில்லை. அந்தப் பெண்கூட எல்லோரிடமும் வெறுப்பைக் காட்டும் பெண்ணாக இருக்கமாட்டாள். உங்களை அவளுக்குப் பிடிக்க வில்லை. வெறுப்பு ஏற்பட்டுவிட்டது. அதுதான் காரணம். ஆனால் அன்பில்லாப் பெண்டிருடன் வாழ்வது சிரமம்தான். அவ்வையார், 'கொடிது கொடிது வறுமை கொடிது. அதனினும் கொடிது இளமையில் வறுமை. அதனினும் கொடிது ஆற்றொணாக் கொடுநோய். அதனினும் கொடிது அன்பில்லாப் பெண்டிர். அதனினும் கொடிது அவர் கையால் இன்புற உண்பதுதானே' என்று கூறியிருக்கிறார். எனவே உங்கள் நிலை கொடிதுதான்."

"சரி. நீங்கள் வள்ளலாரைப் பற்றிச் சொல்லிக்கொண்டே வந்தீர்கள். இடையில் பேச்சு மாறிவிட்டது."

"ஆமாம். வள்ளலார் சத்திய தர்மசாலை என்ற இலவசமாக உணவு வழங்கும் அமைப்பைத் துவங்கினார். ஜாதி வேறுபாடு இல்லாமல் அனைவருக்கும் அந்தக் காலத்திலேயே உணவு வழங்கப்பட்டது. இன்றும் நடந்துவரும் அந்தத் தர்மசாலையில்தான் நான் மதிய உணவு சாப்பிடுகிறேன். அவர் அன்று பற்ற வைத்த நெருப்பின் தொடர்ச்சி இன்றும் இருக்கிறது. அந்தக் கங்குகளை அவர்கள் அணைப்பதில்லை. பாதுகாத்து அந்த நெருப்பிலேதான் உணவு சமைக்கிறார்கள். இப்பவும் அருகிலுள்ள கிராமத்தில் உள்ளவர்கள் டிராக்டரிலும் மாட்டுவண்டியிலும் நெல்லைக்கொண்டுவந்து இறக்கிக் கொண்டிருக்கிறார்கள். நூற்றுக்கணக்கான மூட்டைகள் அடுக்கிவைக்கப்பட்டிருக்கின்றன. கிராமத்துக்காரர்கள் வேண்டுதலுக்காகவும் உபகாரத்திற்காகவும் இந்தப் பணியைச் செய்துகொண்டிருக்கிறார்கள். எப்பேர்ப்பட்ட பரோபகாரி வள்ளலார். ஆனால் அவர் எழுதிய அருட்பா தொடர்பாக ஆறுமுக நாவலர் வழக்குத் தொடர்ந்து வள்ளலார் நீதிமன்றமும் சென்றுவந்திருக்கிறார். ஆரம்பத்தில் விக்கிரக வழிபாட்டில் இருந்த வள்ளலார், பின்னர் சாதி மத வேறுபாடற்ற நிலையில் 'அருட்பெருஞ்சோதி தனிப்பெருங்கருணை' என்று சோதியை வழிபட்டார். சகோதரத்துவத்துக்கான கொடியை ஏற்றி சோதியை வழிபடுமாறு போதித்தார். 1874ஆம் ஆண்டு ஜனவரி 30 அன்று ஒரு அறைக்குள் சென்று அமர்ந்து பூட்டிக் கொள்ளச் சொல்லிவிட்டார். 'கதவைத் திறக்க வேண்டாம்' என்றும் 'திறந்தால் என்னைக் காணமாட்டீர்கள்' என்றும் சொல்லிவிட்டார். பல நாட்கள் கழிந்த நிலையில் அவரைப் பின்பற்றுபவர்கள் கதவைத் திறந்து பார்த்தார்கள். அறையில் அவர் இல்லை. காணாமல் ஆகிவிட்டார்."

"வள்ளலார் என்ன ஆனார்" என்று பரந்தாமன் கேட்டான்.

சிவானந்தம், கொண்டுவந்திருந்த தண்ணீரைக் குடித்தார். பிறகு, "தெரியவில்லை" என்றார்.

❖

23

அடுத்த நாள் காலையில் ஆனந்தன் வீட்டிற்கு வந்தான். நந்தினி தயாராக இருந்தாள். காரில் முன்சீட்டில் ஏறி உட்கார்ந்துகொண்டாள். கார் கார்ப்பரேஷன் ஆபீசை நோக்கிக் கிளம்பியது. கார் சென்றுகொண்டிருந்தபோது, நந்தினியைப் பார்த்து, "இன்னைக்கி வேற மாதிரி தெரியறீங்க. ஏதோ வித்தியாசம் தெரியுது" என்றான்.

"இல்லையே, வழக்கம்போல்தானே இருக்கேன்."

"இல்லை, எனக்கு வித்தியாசம் தெரியுது."

"ஆமாம். வித்தியாசம் இருக்கு. நான் என் கழுத்திலே போட்டிருந்த செயினை நேத்துக் கழட்டிட்டேன். அது தாலி செயின். இனி நீங்க கட்ற தாலியைத்தான் நான் போட்டுக்கணும். இது வீட்லே இருந்த வேற செயின். அந்த செயின் கொஞ்சம் தடிமனா இருக்கும்."

ஆனந்தன் மௌனமாக இருந்தான். பிறகு, அவள் விரல்களைப் பற்றிக்கொண்டான். கார்ப்பரேஷன் ஆபீஸ் வேலை முடிந்ததும், காரை வேறு சாலையில் ஓட்டிக்கொண்டு போனான். பெரிய நகைக் கடைக்கு முன் கார் நின்றது. அவனுடைய நோக்கத்தைப் புரிந்துகொண்ட அவள் இறங்க மறுத்தாள். பிறகு அவன் வற்புறுத்தலில் இறங்கி, இருவரும் கடைக்குள் சென்றார்கள். அவளுடைய விருப்பப்படி ஒரு செயினைத் தேர்வு செய்தான். "இது என் பரிசு" என்று கழுத்தில் போட்டுவிட்டான். பழைய செயினைக் கழற்றிக் கைப்பைக்குள் வைத்துக் கொள்ளச் சொன்னான். இந்தப் புது செயினில் தான் மிக அழகாக இருப்பதாக, கண்ணாடியில் பார்த்தவளுக்குத் தெரிந்தது. கண்ணாடியில் தெரிந்த அவள் தோற்றத்தை ஆனந்தன் பார்த்தான்.

கிரேண்ட் தங்கம் ஹோட்டலில் மதிய சாப்பாடு சாப்பிடலாம் என்று சொல்லி காரை செலுத்தினான். ராம் பிரசாத்துக்குப் போன் பண்ணி கிரேண்ட் தங்கம் ஹோட்டலுக்கு வரச் சொன்னான். இவர்கள் போய்ச் சேர்வதற்கும் அவன் வருவதற்கும் சரியாக இருந்தது. "கங்கிராஜுலேஷன் மேடம். என் ப்ரெண்டோட மனைவி. பிரபல கர்நாடக இசைப் பாடகி" என்றான் ராம் பிரசாத். "பிரபலம் எல்லாம் இல்லை. இப்பத்தான் பாட ஆரம்பிச்சுருக்கேன். நீங்கதான் பிரபலம்" என்றாள் நந்தினி.

வழக்கமாக உட்காரும் டேபிளில் மூவரும் உட்கார்ந் தார்கள். "இந்த ஆண்டு மியூசிக் அகாடமிலே ஏதோ ஒரு நேரத்திலே நீங்க பாடறதுக்கு நான் சிபாரிசு பண்ணியிருக்கேன்" என்றான் ராம் பிரசாத்.

"ரொம்ப சந்தோஷம். என் வாழ்க்கையே புதுப் பாதையிலே போறது. நீங்க சிபாரிசு பண்ணினதுக்கு நன்றி."

"புதுக் கீர்த்தனைகள் நிறைய கத்துக்கங்க. தமிழ் கீர்த்தனைகள் மக்கள் விரும்பிக் கேக்கறா. பழைய அடிக்கடி பாடின கீர்த்தனைகளைக் கேட்டு மக்களுக்கு அலுப்பு வந்துடுத்து. நான் இப்ப பாடற பாணியை மாத்திண்டேன். கண்டிப்பா ராகம், தானம், பல்லவி பாடுவேன். அது மக்களை ஈர்க்கும். ஸ்வர பேதங்களை மெக்கானிக்கா பாடாம கொஞ்சம் நிறுத்தி ஜாலங்கள் பண்ணனும். மெயின் கீர்த்தனை மட்டுமில்லாமல் பிற கீர்த்தனைகள் பாடும்போதும் கொஞ்சம் ஆலாபனையும் ஸ்வரமும் போட்டுப் பாடணும்."

"ஆமா, நீங்க சொல்றது சரிதான். கொஞ்ச நாளா பிராக்டிஸ் பண்ண முடியலை."

"கல்யாணப் பேச்சு வந்த பிறகு எப்படி பிராக்டிஸ் பண்ண முடியும். ஆனந்தன் மனசுலே வந்து நிப்பாரு. பிராக்டிஸ் நின்னுபோயிடும்."

நந்தினி வெட்கத்துடன் சிரித்தாள். "புதுக் கீர்த்தனைகளை நீங்க சொல்லித்தாங்க."

"நீங்கதான் ஆனந்தன் வீட்டுக்கு வந்துருவீங்கள. நாம அடிக்கடி இசையைப் பத்தி டிஸ்கஸ் பண்ணலாம். அந்தக் கல்யாணவசந்தம் கீர்த்தனைதானே ஆனந்தனைக் கொண்டு வந்து உங்களாண்டே சேர்த்துச்சு. அந்த ராகத்துக்கு நீங்க நன்றி சொல்லணும்."

"ஆமா ஆமா. நிச்சயம் சொல்லணும்."

"நந்தினி அந்த ராகத்தைக் கொஞ்சம் லேசா ஆலாபனை போட்டு முதல்வரியை மட்டும் பாடிக் காட்டுங்க" என்றான் ஆனந்தன்.

அவள் லேசாகச் செருமிக்கொண்டு அவன் சொன்னபடிப் பாடிக்காட்டினாள். ஆனந்தன், "சபாஷ்" என்று அவளைப் பாராட்டினான். "இனி அடிக்கடி இந்தப் பாட்டை நந்தினி பாட கேக்கலாம்" என்று ஆனந்தனைப் பார்த்து ராம் பிரசாத் சொன்னான்.

எல்லோரும் மகிழ்ச்சியான மனநிலையில் உணவருந்தி முடித்தார்கள். ஆனந்தன் நந்தினியை வீட்டில் இறக்கிவிட்டான். ஈஸ்வரமூர்த்தி வீட்டுக்குள் வருமாறு கூறினார். அவன் இறங்கி அங்கிருந்த நாற்காலியில் உட்கார்ந்தான்.

"கல்யாண வேலை எல்லாம் நடந்துகிட்டிருக்கு. உங்க எல்லாத்துக்கும், அதாவது ரேவதி குடும்பத்துக்கும் சேர்த்து கிரேண்ட் தங்கம் ஹோட்டலிலே ரூம் போட்டிருக்கேன். முந்தின நாளே வந்து தங்கிக்கொள்ளுங்கள். ரேவதிக்கும் போன் பண்ணி சொல்லியிரேன். வேன், கார் எல்லாம் ரெடியாயிருக்கு. வாங்க வேண்டிய சர்ட்டிபிகேட், ரிஜிஸ்டர் ஆபீஸ்லே பதியறதுக்கான ஏற்பாடுகள் எல்லாம் நடந்துக்கிட்டிருக்கு. எதுவுமே தடங்கல் இல்லை. இறப்புச் சான்று நாளை கிடைச்சுரும். எல்லாம் நல்லபடியா நடக்கும். நீங்க சம்மதம் கொடுத்தது பெரிய விஷயம். நான் அதுக்கு நன்றி சொல்றேன். வீட்லே எந்த ரூம் உங்களுக்குப் பிடிக்குதோ அந்த ரூம்லே இருந்துக்கங்க."

"இப்படி ஒருத்தர் நந்தினிக்கு கிடைச்சது எங்க அதிர்ஷ்டம். நாங்கதான் உங்களுக்கு நன்றி சொல்லணும்."

ஆனந்தன் வணக்கம் சொல்லி விடைபெற்றுக்கொண்டான். ஈஸ்வரமூர்த்தி நந்தினியைப் பார்த்தார். கழுத்தில் இருந்த புதிய கனமான பளபளப்பான செயினைப் பார்த்தார். "அவர் வாங்கிக் கொடுத்தார்" என்றாள் நந்தினி. ஈஸ்வரமூர்த்தி ஒன்றும் சொல்லவில்லை.

'தடங்கல் இல்லாமல் போய்க்கொண்டிருக்கிறது. போய்ச் சேரும் இடத்தை நெருங்கும்போது ஏதேனும் தடங்கல் வந்துவிடுமோ' என்று நந்தினியின் உள்மனது பயந்தது.

❖

24

நந்தினி காலையில் சாதகம் முடித்துவிட்டு வீட்டிற்கு வெளியில் வந்து நின்றாள். தெருவில் கூட்டம் கூட்டமாக நின்று பேசிக்கொண்டிருந்தார்கள். விசாரித்தாள். பக்கத்திலுள்ள நெடுங்குளம் கிராமத்திலுள்ள பாழடைந்த சிவன் கோயிலுக்கு ஒரு சாமியார் வந்திருப்பதாகவும் அவரை வணங்கி ஆசீர்வாதம் பெற்று வந்தால் நினைத்த வேலை சுபமாகக் கைகூடும் என்றும் பேசிக் கொண்டார்கள். அவளுக்கு அந்தச் சாமியாரைப் போய்ப் பார்க்கலாம் என்ற எண்ணம் தோன்றியது. திருமணம் சுபமாக நடந்து முடிய அவரைச் சந்தித்து ஆசீர்வாதம் பெற்று வந்தால் நல்லது என்று தோன்றியது. மேலும் ஆனந்தனைப் பார்ப்பதற்கு ஒரு வாய்ப்பை உருவாக்கிக்கொள்ளலாம் என்றும் தோன்றியது. அந்தச் சாமியார் நேற்று இரவு வந்தார் என்றும் இன்று இரவு சென்றுவிடுவார் என்றும் அவர் கூட யாருமில்லை என்றும் அவளுக்குத் தகவல் சொன்னார்கள்.

ஆனந்தனுக்குப் போன் பண்ணினாள். இறப்புச் சான்று வாங்கிவிட்டதாகவும் வேறு வேலைகள் இருப்பதால் மாலை இருட்டுவதற்கு முன் வந்துவிடுவதாகவும் அவள் விருப்பப்படி அந்தச் சாமியாரைப் பார்த்துவிடலாம் என்றும் கூறினான்.

ரேவதிக்குப் போன் பண்ணினாள். "நெடுங்குளம் கிராமத்துலே இருக்கிற பழைய சிவன் கோயிலுக்கு ஒரு சாமியார் வந்திருக்காரு. அவரிடம் ஆசீர்வாதம் வாங்கினா நல்ல காரியம் சுபமா நடக்கும்னு சொல்றா. இன்னைக்கி சாயந்திரம் ஆனந்தன் வர்றார். நாங்க ரெண்டுபேரும்போய் ஆசீர்வாதம் வாங்கி வரலாம்னு நெனைச்சிருக்கேன்" என்றாள்.

“நந்தினி, கல்யாணப் பெண்ணு பாழடைஞ்ச கோயில், சாமியார் இதெல்லாம் பாக்கறது நல்லதில்லை. அப்புறம் உன் இஷ்டம்” என்றாள் ரேவதி.

நந்தினிக்கு யோசனையாக இருந்தது. ‘ஆனந்தனை பார்த்தாற் போலவும் அப்படியே அவர் துணையுடன் சாமியாரைப் பார்த்தாற் போலவும் இருக்கும். திருமணம் சுபமாக முடிய வேண்டும் என்பதற்காகத்தானே போகிறோம்’ என்று நந்தினி நினைத்துக்கொண்டாள்.

பொழுது கழிவது சிரமமாக இருந்தது. ராம் பிரசாத்திற்கு போன் பண்ணினாள். “என்ன கல்யாணப் பொண்ணு என்ன விஷயம்” என்றான் ராம் பிரசாத். “எனக்கு புதுக் கீர்த்தனைகள் சொல்லிக்குடுங்க. கல்யாணத்துக்கப்புறம்” என்றாள்.

“அதான் நான் அன்னைக்கே சொன்னேன். ஆனந்தன் வீட்டுக்கு வந்த பின்னாடி நாம விவாதிக்கலாம். புதுக் கீர்த்தனைகளைப் பற்றி முடிவு பண்ணலாம். நான் தமிழிசைச் சங்கம் கச்சேரியிலே போன வருஷம் ஒரு புதுமை பண்ணினேன். ‘அமுதும் தேனும் எதற்கு நீ அருகினிலே இருக்கையிலே எனக்கு’ இது பல்லவி. ஒரு சினிமாப் பாட்டு இது. கேட்டிருப்பீங்க. இந்தப் பல்லவியை ராகம், தானம், பல்லவிக்கு எடுத்துண்டேன். மோகன ராகத்துலே ஆரம்பித்து, ஸ்வரம் பாடி ஸ்வர பேதத்துலே துர்கா, சிவரஞ்சனி, தர்பாரி கானடா, சிந்து பைரவிலே முடித்துப் பாடினேன். சிந்து பைரவியிலே இருக்கற தாளக்கட்டு எல்லோருக்கும் பிடிக்கும். இதெல்லாம் ஒரு டெக்னிக்கும்கூட. பலத்த கைதட்டல். பரவலான பாராட்டு.”

“நானும் இதுபோல புதுமைகள் செய்யணும். புது ராகங்கள் கத்துக்கணும். நீங்க சொன்னேள்லியோ அதுலே வர்ற துர்கா ராகம் நேக்குத் தெரியாது. சங்கீதத்துலே என்னோட முன்னேற்றத்தை உங்க கையிலே ஒப்படைச்சிர்றேன். நீங்கதான் நேக்கு குரு.”

“அப்படியே ஆகட்டும். ஆனந்தன் வரானா.”

“இன்னைக்கு சாய்ந்தரம் வரேன்னு சொல்லியிருக்கார்.”

போன் உரையாடல் முடிந்தது. மதியம் சாப்பிட்டுவிட்டுச் சற்றுநேரம் படுத்திருந்தாள். தூக்கம் வரவில்லை. மூன்றுமணிக்கு எழுந்து முகத்தைக் கழுவிவிட்டு எந்தச் சேலை உடுத்துவது என்று யோசித்தாள்.

ஆனந்தன் போன்பண்ணி வந்துகொண்டிருப்பதாகத் தெரிவித்தான். அவசர அவசரமாக சேலை மாற்றித் தன்னை

அலங்கரித்துக்கொண்டாள். புதிய செயின் பளபளத்தது. வாசலில் கார் வந்து நிற்கும் ஓசை கேட்டது.

ஈஸ்வரமூர்த்தியிடம் ஏற்கனவே ஆனந்தன் வருவதையும் சாமியாரைப் பார்த்துவிட்டு வரப்போவதையும் கூறியிருந்தாள். ஆனந்தன் இறங்கிவந்து ஈஸ்வரமூர்த்திக்கு வணக்கம் சொல்லி, இறப்புச் சான்று வாங்கிவிட்டதைக் கூறினான். "நந்தினி ஆசைப்படறாங்க. போயிட்டு வந்துர்றோம்" என்று சொல்லிவிட்டு வெளியேறி காரில் ஏறிக்கொண்டான். பக்கத்து சீட்டில் நந்தினி உட்கார்ந்துகொண்டாள்.

கார் சென்றது. கிராமத்துக்குச் செல்லும் பாதை செம்மண் பாதையாக மேடு பள்ளமாக இருந்தது. இருசக்கர வாகனத்தில் மனைவி, குழந்தைகளுடன் மக்கள் வந்து சென்றுகொண்டிருந்தார்கள். சாமியாரைப் பார்க்க வந்தவர்கள். பாழடைந்த கோயில் தூரத்தே தெரிந்தது.

"இங்கு மக்கள் வருவதில்லையா" என்றான் ஆனந்தன்.

"அப்பா சொன்னார். ரொம்ப காலமா கோயில்லே ஏதும் நடக்கறதில்லை. பூட்டியே கிடக்கும்னு."

'இங்கே வந்து எதுக்கு சாமியார் உட்கார்றார். சாமியார்களே இப்படித்தான் நூதனமாக இருப்பார்கள் போல இருக்கு' என்று ஆனந்தன் நினைத்துக்கொண்டான்.

கோயில் வளாகத்திற்குள் ஒரு மண்டபம் இருந்தது. மண்டபத்தின் படியில் சாமியார் உட்கார்ந்திருப்பது தெரிந்தது. இங்கிருந்து அவரின் முன்தோற்றம் தெரியவில்லை. இருவரும் இறங்கி நடந்தார்கள். பராமரிப்பு இல்லாத இடம் என்பதால் புற்களாலும் புதர்களாலும் மண்டியிருந்தது. நான்குபேர் அவரிடம் விபூதிவாங்க நின்றுகொண்டிருந்தார்கள். அங்கிருந்த ஒருவர், "அவர் பேசமாட்டார். அவரிடம் எதுவும் கேக்காதிங்க. விபூதி குடுப்பாரு. வாங்கிக்கிங்க. நல்லது நடக்கும். இன்னக்கி ராத்திரி கிளம்பிப் போயிருவாரு. ஒரே எடத்துலே தங்கமாட்டார்" என்றார்.

வெளிச்சம் போதாததால் மண்டபத்திலிருந்த ஒரு தூணில் தீப்பந்தம் கட்டப்பட்டிருந்தது. நந்தினியும் ஆனந்தனும் விபூதி வாங்க நின்றார்கள். அவர் முகம் அடர்ந்த தலைமுடி, மீசை தாடிக்குள் இருந்தது. அருகில் வந்ததும் பார்த்தாள். தீப்பந்த நெருப்பில் அவர் முகமே சிவப்பாகத் தெரிந்தது. கண்கள் தீப்பிழம்பாகத் தெரிந்தன. சாமியார் எந்தச் சலனமுமில்லாமல் நந்தினிக்கும் ஆனந்தனுக்கும் விபூதி கொடுத்தார்.

காரை நோக்கி வந்துகொண்டிருந்தபோது திடீரென அவளுக்கு நெஞ்சடைப்பது போலிருந்தது. அந்தச் சாமியாரின்

முகத்தை எங்கோ பார்த்தது போலிருந்தது. சற்று நேரத்தில் தெளிந்தது. அந்தச் சாமியாரின் முகம் தன் கணவரின் முகம் போல இருப்பதாக நந்தினிக்குத் தோன்றியது. பின்னால் திரும்பிப் பார்த்தாள். காரிலிருந்து பார்த்ததில் ஒன்றும் தெரியவில்லை. 'ஒருவர் முகம் போல இன்னொருவர் முகம் இருப்பதில்லையா' என்று தனக்குத்தானே சமாதானம் சொல்லிக்கொண்டாள்.

"என்ன ஒரு மாதிரி இருக்கிங்க" என்றான் ஆனந்தன்.

"தலைவலிக்கற மாதிரி இருக்கு. ரோடு சரியில்லை. தூக்கிப் போடுது. வீட்டுக்குப் போனா சரியாயிடும்."

ரேவதி சொன்னதைக் கேட்காமல் சாமியாரைப் பார்க்கச் சென்றது தவறு என்று உணர்ந்தாள். தீப்பிழம்பில் பார்த்த முகம் நினைவுக்கு வந்துகொண்டே இருந்தது.

நந்தினி மௌனமாக உட்கார்ந்திருந்தாள். ஆனந்தன் சொன்னான், "இன்னும் ஐந்து நாள்தான் இருக்கு கல்யாணத்துக்கு. எல்லா ஏற்பாடும் பண்ணிட்டேன்" என்று நந்தினியின் கன்னத்தில் லேசாகத் தட்டினான்.

நந்தினியை வீட்டில் இறக்கிவிட்டான். வீட்டிற்குள் நுழைந்ததுமே நந்தினிக்குத் தலைசுற்றுவது போல் இருந்தது. பாத்ரூம் சென்று வாந்தி எடுத்தாள். ஈஸ்வரமூர்த்தி ஓடிவந்து அவளைப் பிடித்துக்கொண்டார்.

"தலைவலிக்கறது. தூங்கினா சரியாயிரும்" என்று படுக்கையை நோக்கிச் சென்றாள் நந்தினி.

அடுத்த நாள் காலை ஈஸ்வரமூர்த்தியிடமிருந்து ஆனந்தனுக்குப் போன் வந்தது. ஆச்சரியத்துடன் எடுத்தான். "உடனே கிளம்பி வாங்க. நந்தினி என்னமோ மாதிரி இருக்கா. உடனே வாங்க. ரேவதியிடமும் பேசறேன்" என்றார் ஈஸ்வரமூர்த்தி. உடனே கிளம்பினான்.

ரேவதியிடம் பேசும்போது ஈஸ்வரமூர்த்தி அழுதுகொண்டே விஷயத்தைச் சொன்னார். "அப்பா, நான் சொன்னேன். கல்யாண நேரத்திலே அங்கெல்லாம் போக வேண்டாம்னு. கேக்கமாட்டேன்னு போயிட்டா. நான் கிளம்பி வர்றேன்."

ஆனந்தனும் ரேவதியும் கிட்டத்தட்ட ஒரே நேரத்தில் நந்தினி வீட்டுக்கு வந்துவிட்டார்கள். வாசலில் பதற்றத்துடன் ஈஸ்வரமூர்த்தி நின்றுகொண்டிருந்தார்.

சுரேஷ்குமார இந்திரஜித்

என்ன நடந்தது என்று ஆனந்தன் கேட்டான். "உங்க கூட சாமியாரைப் பாத்துட்டு வந்தப்ப தலைவலிக்குதுன்னு சொன்னா. பிறகு தலை சுத்தற மாதிரி இருக்குன்னு சொல்லி பாத்ரூம் போய் வாந்தியெடுத்தா. ராத்திரி சாப்பிடக்கூட இல்லை. காலைலே பார்த்தா தலைவிரி கோலமா உட்கார்ந்திருக்கா. மூச்சு வாங்குது. என்னமோ ஒண்ணு அவளைப் பிடிச்ச மாதிரி தோண்றது. எனக்குப் பயமாக இருக்கு. நீங்க ரெண்டுபேரும்தான் அவளைக் காப்பாத்தணும்" அவர் அழுதுகொண்டே சொன்னார்.

மூவரும் நந்தினியின் படுக்கையறை வாசலில் நின்று பார்த்தார்கள். தலையை விரித்துப் போட்டு நந்தினி உட்கார்ந்திருந்தாள். அவளுடைய முகம் மாறியிருந்தது. வழக்க மான முகம் இல்லை. உக்கிரமாக இருந்தது.

ரேவதியையும் ஆனந்தனையும் பார்த்து நந்தினி பேசினாள். "நான் சர்வேஸ்வரன். உயிரோடு இருக்கேன். எனக்குச் சாவு கிடையாது. செத்ததா சர்ட்டிபிகேட் வாங்கிண்டு நந்தினிக்கு இன்னொரு கல்யாணம் நடத்த திட்டம் போடறேள். நான் விடமாட்டேன். என்னை யாரும் கட்டுப்படுத்த முடியாது."

நந்தினியின் மனதில் தீப்பிழம்பில் பார்த்த சாமியாரின் முகம் தோன்றியது.

"பாத்தேளா, அந்த பாழாப்போன சர்வேஸ்வரன்தான் உள்ளே புகுந்துண்டு எல்லாத்தையும் கெடுக்கப் பாக்கறான்" என்றார் ஈஸ்வரமூர்த்தி.

"அப்பா, சும்மா இருங்க. ஆனந்தன் வாங்க. அப்பா நீங்களும் வாங்க. அப்படி உட்காருவோம்" என்றாள் ரேவதி.

"கல்யாணத்துக்கு இன்னும் நாலு நாட்கள்தான் இருக்கு. சரி பண்ணியிர முடியுமா. மனநல மருத்துவரிடம் கூட்டிப் போகலாம். ரேவதிக்கு யாரையும் தெரியுமா" என்றான் ஆனந்தன்.

"எனக்குத் தெரியாது. என் வீட்டுக்காரருக்குத் தெரியும். விநாயகமூர்த்திங்கிறது அவர் பேரு. இந்த மாதிரி கேஸ்களை சீக்கிரம் குணப்படுத்திப் பிரமைகளை வெளியேத்தியிருவாரு. அவர் கிளினிக்குக்குக் கூட்டிட்டுப் போயிருவோம். அப்பா இது ஒண்ணுமில்லை. பிரமைகள். பிரமைகளை மனநல மருத்துவர் வெளியேத்தியிருவார். இருங்க நான் என் வீட்டுக்காரரிடம் பேசறேன்."

அவள் பேசினாள். அவள் கணவர் மனநல மருத்துவரிடம் பேசி அவர் மருத்துவமனைக்குக் கூட்டிக்கொண்டு வரச்சொன்ன தாகக் கூறினாள்.

நந்தினியை அழைத்தபோது அவள் வர மறுத்தாள். கத்தினாள். ஆவேசம் கொண்டவள் போல் இருந்தாள். 'வர முடியாது' என்று கத்தினாள். ரேவதியும் ஆனந்தனும் அவளைக் கைப்பற்றி வெளியேற்றியபோது திமிறினாள். ஒரு வழியாக காருக்கருகில் கொண்டுவந்துவிட்டார்கள். ஆனந்தனையும் ரேவதியையும் அவள் தள்ளிவிட்டுக்கொண்டிருந்தாள். ஈஸ்வரமூர்த்தி வீட்டைப் பூட்டினார். நந்தினி ஏதோ உளறிக் கத்திக்கொண்டிருந்தாள்.

நந்தினியை ரேவதி வலுக்கட்டாயமாகப் பின் சீட்டில் தள்ளினாள். அவளும் ஏறிக்கொண்டாள். உடனே நந்தினி மயங்கிவிட்டாள். அவள் தலையை எடுத்துத் தன் மடியில் வைத்துக்கொண்டாள் ரேவதி. கார் மனநல மருத்துவமனையை நோக்கி வேகமாகச் சென்றது. ஆனந்தன் கண்களில் வழியும் நீரைத் துடைத்துக்கொண்டான். நந்தினியின் கழுத்தில் புதிய செயின் பளபளவென மின்னியது.

❖

25

அந்த மனிதன் கன்னியாகுமரியில் விவேகானந்தர் பாறையில் கடலைப் பார்த்து உட்கார்ந்திருந்தான். கடல் அலைகள் ஆர்ப்பரித்து எழுந்து உள்வாங்குவதைப் பார்த்துக்கொண்டே யிருந்தான்.

'நான் யார். எதற்காக நான் பிறந்தேன். நான் எத்தனைப் பாத்திரங்களை ஏற்றிருக்கிறேன். எனக்கே தலை சுற்றுகிறது. நான் யார். காணாமல் போய் இறந்தவர்களின் ஆவியா. நான் யார். என் பெயரென்ன. நான் கொலைசெய்கிற மகாதேவன். துணிவியாபாரம்செய்கிற கௌசிக். குமரன் தர்மலிங்கம் என்ற டூரிஸ்ட். பட்டினத்தார் கதை சொல்கிற சுதாகரன். வள்ளலார் பாட்டைப் பாடுகிற சிவானந்தம். இன்னும் பல பெயர்கள். பல பாத்திரங்கள். உண்மையான பெயர் தெரியாது. பூர்வாசிரமத்தை மறந்தாயிற்று. பெயரற்றவனாகத் திரிந்தாயிற்று.

புல்லாகிப் பூடாய்ப் புழுவாய் மரமாகிப்
பல்விருக மாகிப் பறவையாய்ப் பாம்பாகிக்
கல்லாய் மனிதராய்ப் பேயாய்க் கணங்களாய்
வல்அசுரராகி முனிவராய்த் தேவராய்ச்
செல்லா நின்ற இத்தாவர சங்கமத்துள்
எல்லாப் பிறப்பும் பிறந்திளைத்தேன்...

என் மாணிக்கவாசகப் பெருமானே. நான் ஏன் இப்படி அலைகிறேன். காரணம் தெரியவில்லை. காரணம் தெரியாததைச் சாபம் என்பார்கள். என்ன சாபம் என் மீது கவிழ்ந்து இப்படி ஆட்டி வைக்கிறது. நான் யாரைத் தேடிப் போக வேண்டும். யாரிடம் எனக்கு விமோசனம் கிடைக்கும். 'தனக்குவமை இல்லாதான் தாள் சேர்ந்தார்க்கு அல்லால் மனக்கவலை மாற்றல் அரிது' அரிதுதான். அரிதினும் அரிதுதான். 'அரிது அரிது மானிடராய்ப் பிறத்தல் அரிது. மானிடராயினும் கூன், குருடு, செவிடு, பேடு

நீங்கிப் பிறத்தல் அரிது. நீங்கிப் பிறந்த காலையும் ஞானமும் கல்வியும் நயத்தல் அரிது.' இப்படித்தான் எல்லாமே அரிது. என்னிடம் ஞானம் உள்ளது. கல்வி உள்ளது. நான் ஏன் இப்படி அலைகிறேன் என்று தெரியவில்லை. நானே நினைத்தாலும் என்னால் நிறுத்த முடியாது. இப்படியே என் வாழ்வு கழிய விதிக்கப்பட்டிருக்கிறது. ஆம். இப்படியே கழியும்.'

அவனுக்குச் சிரிப்பு வந்தது. பெருஞ்சிரிப்பு. பக்கத்தில் யாரும் இல்லை. தூரத்தில் யாரோ திரும்பிப் பார்த்தார்கள். 'நாயினும் கடையேனான என்னை நீ ஆட்கொண்டால் மாயப்பிறவி உன் வசமே' என்று வாய்விட்டுச் சொன்னான். கடல் அலைகள் ஆர்ப்பரிப்பதை மீண்டும் கவனித்தான்.

எழுந்து நடந்தான். நான் என்ன செய்யவேண்டும். உடலில் வலிமை கொடுத்தவன் உள்ளத்தில் குழப்பத்தைக் கொடுத்து விட்டான். 'இந்தக் கடலும் சூரியனும் நிலமும் பிரபஞ்சமும் நிலையானவை. இந்தக் கடல் பெரிது.'

யோசித்துக்கொண்டேயிருந்தவன் கடலுக்குள் புகுந்து பாறைகளுக்கு நடுவே மறைந்தான்.

❖ ❖ ❖

சுரேஷ்குமார இந்திரஜித்தின் பிற நூல்கள்
[காலச்சுவடு வெளியீடு]

பின் நவீனத்துவவாதியின் மனைவி

(தொ–ர்): **சுனில் கிருஷ்ணன்**

(கிளாசிக் சிறுகதைகள்)

ரூ. 225

சுரேஷ்குமார இந்திரஜித் தற்செயல்களின் ஊடாட்டங்களைக் கதைகள் ஆக்கியவர், புனைவுக்கும் பொய்க்கும் உண்மைக்கும் இடையிலான உறவைக் கதைகளில் கையாண்டவர் எனும் இரு பரவலான சித்திரங்களுக்கும் அப்பால் ஆண் – பெண் உறவின் நுட்பங்களை, குறிப்பாக வயோதிகத்தின் உறவுச் சிக்கலைப் பேசியவர், பிரியம் சுரக்கும் உறவுகளுக்குள் கரவாக ஒளிந்திருக்கும் வன்மத்தை எழுதியவர், குற்றங்களின் உளவியலை எழுதியவர், உன்னதங்களை – தொன்மங்களைத் தலைகீழாக்கியவர், கனவுகளையும் அவை கலைந்து நிதர்சனத்தை எதிர்கொள்வதையும் எழுதியவர், வாழ்க்கை சரிதைத்தன்மை உடைய கதைகளை எழுதியவர், இணை வரலாறு கதைகளை எழுதியவர், பகடிக் கதைகளை எழுதியவர், சாதி குறித்தும் ஈழம் குறித்தும் அக்கறைகொண்ட கதைகளை எழுதியவர் எனப் பல்வேறு முகங்கள் கொண்டவரும்கூட. பொதுவாக மனிதர்களின் உன்னதங்களின் மீது அவநம்பிக்கைகொண்ட கதைசொல்லி என்றாலும் மானுட நேயத்தையும் அன்பின் வெம்மையையும் சுமந்து செல்லும் கதைகளை அவர் எழுதியிருக்கிறார்.

நானும் ஒருவன்
(சிறுகதைகள்)
ரூ. 100

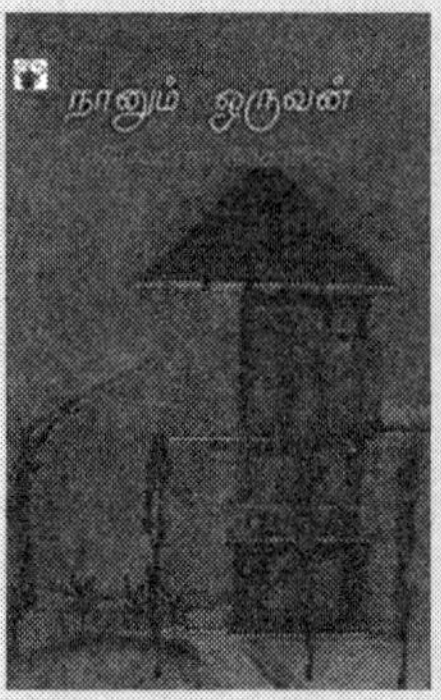

நவீனத் தமிழ்ச் சிறுகதையுலகில் தனித்துவமான சிறுகதைகளை உருவாக்கியவர், சுரேஷ்குமார இந்திரஜித். மனத்தின் ரகசியங்களும் வாழ்வின் ரகசியங்களும் தம்மைப் புனைகதைகளாக இவரது மொழியில் எழுதிச்செல்கின்றன. வித்தியாசமான சூழலில், வித்தியாசமான மனிதர்கள், சிருஷ்டிகரமாக இக்கதைகளில் உருவாகியுள்ளார்கள் என்பதோடு, இக்கதைகளில் எழுத்தாளனின் பார்வையும் ஊடுருவியுள்ளது. இவரது ஒவ்வொரு தொகுப்பிலுள்ள கதைகளும் கதையமைப்பில் மாறுதல்களுடன் பயணம் செய்துகொண்டிருப்பதால், இத்தொகுப்பிலுள்ள கதைகளும், முந்தைய தொகுப்புகளிலுள்ள கதைகளிலிருந்து மாறுபட்டு, மேலும் மாறுதல்களைச் சந்திக்கச் சென்றுகொண்டிருக்கின்றன.

மாபெரும் சூதாட்டம்
(சிறுகதைகள்)
ரூ. 200

நவீன தமிழ்ச் சிறுகதைப் பரப்பின் எல்லைகளை விரிவுபடுத்திய சில படைப்பாளிகளில் ஒருவர், சுரேஷ்குமார இந்திரஜித். முன்னோடிகளின் பாதிப்பு இல்லாமல் சுயமான தடத்தில் செல்கிறவர். இவருடைய கதைகளில் நிகழ்வுகளுக்கும் உள்மன ஓட்டத்துக்கும் இடையேயான தருணங்கள் சிருஷ்டிகரமான புனைவுகளாக உருவாகின்றன; வாழ்க்கையின், உறவுகளின் மர்மங்கள் மாயப் புனைவுகளாக வெளிப்படுகின்றன. 2005வரை சுரேஷ்குமார இந்திரஜித் எழுதிய கதைகளின் தொகுப்பு இது.

கடலும் வண்ணத்துப்பூச்சிகளும்

(நாவல்)

ரூ. 125

நாற்பதாண்டு காலமாகச் சிறுகதைகள் எழுதிக் கொண்டிருக்கும் சுரேஷ்குமார இந்திரஜித்தின் முதல் நாவல் 'கடலும் வண்ணத்துப்பூச்சிகளும்'. இந்த நாவலில் ஆதித்ய சிதம்பரம் என்ற எழுத்தாளரின் மனம், சிந்தனை, பால்யகால வாழ்க்கை, மண வாழ்க்கை ஆகியன சித்திரிக்கப் பட்டுள்ளன. அந்த எழுத்தாளரின் ஐந்து குறுநாவல்களின் பகுதிகள் இந்த நாவலில் உள்ளன. அக்குறுநாவல்களின் மீதப் பகுதிகளை ஒவ்வொரு வாசகரின் மனமும் அவரவர்க்கு ஏற்றவாறு கற்பனை செய்துகொள்ளும் சுதந்திரத்தை இந்த நாவல் வழங்குகிறது. புனைவும் யதார்த்தமும் நுட்பமும் கலந்த நாவல் இது. இந்த நாவலின் பின்னணியில் வண்ணத்துப்பூச்சிகள் பறக்கின்றன.

அம்பிகாவும் எட்வர்ட் ஜென்னரும்

(நாவல்)

ரூ. 200

மதுரை ஆலயப் பிரவேசம் என்ற வரலாற்றுச் சம்பவத்தையும் அதற்கு முன்னுள்ள காலம், பின்னுள்ள காலம் ஆகியவற்றையும் களமாகக் கொண்டு புனைவு கலந்து இந்த நாவலை சுரேஷ்குமார இந்திரஜித் கையாண்டிருக்கிறார். அம்பிகாவின் காதலையும் சனாதனத்திற்கு எதிரான போராட்டங்களையும் பெண்களின் சமூக முன்னேற்றத்திற்கான லட்சியங்களையும் நாவலில் நுட்பங்களுடன் சித்திரித்துள்ளார். வரலாறும் புனைவும் யதார்த்தமும் கலந்தது இந்த நாவல். சுரேஷ்குமார இந்திரஜித் புனைவு உலகத்தின் இன்னொரு பரிமாணம் இது.